காட்டிலிருந்து வந்தவன்

காட்டிலிருந்து வந்தவன்

காட்டிலிருந்து வந்தவன்

சுதாராஜ்

எழுபதுகளின் ஆரம்பத்தில் எழுத வந்தவர். நூற்றுக்கு மேற்பட்ட சிறுகதைகளை உள்ளடக்கிய ஒன்பது சிறுகதைத் தொகுப்புகள், ஆறு சிறுவர் இலக்கிய நூல்கள், ஒரு நாவல் என சுதாராஜ் படைப்புப் பட்டியல் மிக நீளமானது. நூல்கள் யாவும் இந்தியாவில் மறுபதிப்புப் பெற்றுள்ளன. ஆறு நூல்கள் சிங்கள மொழிபெயர்ப்பாக வந்துள்ளன. சுதாராஜின் சில சிறுகதைகள் ஆங்கில மொழியிலும், ஒரு சிறுகதை ரஷ்ய மொழியிலும் மொழியாக்கம் செய்யப்பட்டிருக்கிறது. சாஹித்ய மண்டல விருது உட்பட பல விருதுகளைப் பெற்றவர். சுதாராஜ் பொறியியலாளராகப் பணிபுரிந்தவர்.

சுதாராஜ்

காட்டிலிருந்து வந்தவன்

காலச்சுவடு பதிப்பகம்

காட்டிலிருந்து வந்தவன் ❖ சிறுகதைகள் ❖ ஆசிரியர்: சுதாராஜ் ❖ © சிவசாமி இராஜசிங்கம் ❖ முதல் பதிப்பு: டிசம்பர் 2017 ❖ வெளியீடு: காலச்சுவடு பப்ளிகேஷன்ஸ் (பி) லிட்., 669 கே. பி. சாலை, நாகர்கோவில் 629001

காலச்சுவடு பதிப்பக வெளியீடு: 801

kaaTTiliruntu vantavan ❖ Short Stories ❖ Author: Sutharaj ❖ ©Sivasamy Rajasingham ❖ Language: Tamil ❖ First Edition: December 2017

Published by Kalachuvadu Publications Pvt. Ltd., 669 K.P. Road, Nagercoil 629001, India ❖ Phone: 91-4652-278525 ❖ e-mail: publications @kalachuvadu.com

ISBN: 978-93-86820-21-1

12/2017/S.No. 801, kcp 1877, 18.6 (1) ILL

காலச்சுவடு பதிப்பாக இந்நூல் வெளிவருவதையிட்டு மிகுந்த மகிழ்ச்சியடைகிறேன். இது என் பத்தாவது சிறுகதைத் தொகுப்பு. இத்தருணத்தில் காலச்சுவடுக்கும் அதன் நிர்வாகத்தினருக்கும் என் நன்றிகள். இந்நூலிற்கு அறிமுகவுரை வழங்கிய பேராசிரியர் எம்.ஏ. நுஃமானுக்கு அன்பும் நன்றியும்.

ஒருநாள், இருள் மெல்ல மூடிவரும் மாலைப்பொழுதில் தனித்த பாதையில் வந்துகொண்டிருந்தேன். பாதை யோரத்தில் ஒரு பயணப்பை கிடந்தது. அதை எடுப்பதா விடுவதா என்ற எண்ணத்துக்கிடையே கையிலெடுத்தேன். அதற்குள் நிறையப் பணம். அது ஒரு எதேச்சையான நிகழ்வு. கண்டெடுத்த பணத்தைக் கண்டதும் என் மனதில் தோன்றிய உணர்வு, அதைத் தொலைத்தவர் என்ன மாதிரியான கஷ்டத்திலும் கவலையிலும் இருக்கிறாரோ என்பதுதான். அதை எப்படியும் உரியவரிடம் சேர்த்துவிட வேண்டும் என என் குடும்பத்தினரும் நானுமாக முயற்சிக எடுத்தோம். பின்னர் அந்த நிகழ்வுகள் சிந்தனையில் வந்துகொண்டிருந்தன. அந்தக் கதைதான் 'தொலைந்து போனது'. இப்படி என் ஒவ்வொரு கதைக்கும் ஒவ்வொரு மூலம் உள்ளது.

ஒவ்வொருவரினதும் வாழ்வுமுறை, சக மனிதர்களுடனான மனவெளிப்பாடுகள், ஏனையோருக்கு முகம் கொடுக்கும் விதம் எல்லாம் சில சந்தர்ப்பங்களில் மனதை அதிரச் செய்கின்றன. மனித வாழ்வுக்கான தேடல்களில் ஏதோ ஒரு பொறி தட்டியதும் அது கதையாக உருப்பெறும் உருவாக்கத்தில் மனம் அலைவது ஒரு சுகானுபவம். அது, உணர்வுகளை வாசகர்களுக்கும் தொற்ற வைக்கும் முயற்சிதான். கதைகளை வாசிப்பது போலவே எழுதுவதிலும் சுவாரஸ்யம் உள்ளது. இன்னொரு விதமாகச் சொல்வதானால் கதைகளை எழுதுவது போலவே அவற்றை வாசிப்பதிலும் சுகானுபவம் அல்லது சுவாரஸ்யம் உள்ளது.

சுதாராஜ்

பொருளடக்கம்

காட்டிலிருந்து வந்தவன்:
ஓர் அறிமுகம்

சமகால ஈழத்துத் தமிழ்ச் சிறுகதை உலகின் முக்கியமான ஆளுமைகளுள் சுதாராஜும் ஒருவர். 1970களின் தொடக்கத்திலிருந்து சிறுகதைகள் எழுதிவருகிறார். கடந்த சுமார் அரை நூற்றாண்டு காலத்தில் ஆண்டுக்குச் சராசரி இரண்டு கதைகள் என்ற அளவில் நூற்றுக்குச் சற்று அதிகமான கதைகளை எழுதியிருக்கிறார். ஒன்பது சிறுகதைத் தொகுதிகள் வெளியிட்டிருக்கிறார். கடைசியாக 2010இல் வெளிவந்த 'உயிர்க்கசிவு' அதுவரை அவர் எழுதிய கதைகளுள் தேர்ந்தெடுத்த அறுபது கதைகளைக் கொண்ட பெருந்தொகுதி. அதற்கு நான் ஒரு அணிந்துரை தர வேண்டும் என்று அவர் விரும்பினார். அவருடைய கதைகளின் பொதுத் தன்மைகள் பற்றி, அவற்றின் முக்கியத்துவம் பற்றி அதில் எனது கருத்துகளைச் சுருக்கமாகக் குறிப்பிட்டிருந்தேன். இப்போது அவர் வெளியிடும் 'காட்டிலிருந்து வந்தவன்' தொகுதிக்கும் ஒரு முன்னுரை எழுத வேண்டும் என்பது அவரது விருப்பம். அவர் என்மீது கொண்டிருக்கும் மதிப்பின் வெளிப்பாடு இது என்று நான் கருதுகிறேன். அவருடைய 'உயிர்க்கசிவு' தொகுப்புக்கு எழுதிய அணிந்துரையில் குறிப்பிட்டவற்றைத்

தவிர்த்து இத்தொகுப்பிலுள்ள கதைகளைப் பற்றிய எனது மனப்பதிவின் அடிப்படையில் இத்தொகுதியைச் சுருக்கமாக அறிமுகப்படுத்துகிறேன்.

இத்தொகுப்பில் சுதாராஜின் பத்துச் சிறுகதைகள் உள்ளன. இவற்றுள் ஒன்றைத் தவிர ஏனையவை புதிய கதைகள். 2010க்குப் பின் கடந்த ஏழு ஆண்டு காலத்துள் எழுதப்பட்டவை. 'எந்த முகம்' என்ற கதை மட்டும் சற்றுப் பழையது; 2004இல் எழுதியது. ஆனால் எல்லாக் கதைகளுமே அவருக்கு வாலாய மான எளிமையான, நேரடியான கதைசொல்லல் உத்தியில் அமைந்தவை. அவ்வகையில் சுதாராஜை ஒரு எளிமையான கதைசொல்லி என அடையாளப்படுத்தலாம். அவர் வாசகரைச் சிரமப்படுத்துவதில்லை, அச்சுறுத்துவதில்லை. ஆனால் அவருடைய எளிமை ஏழ்மையின் எளிமையல்ல, ஒரு செல்வனின் எளிமை. 'எளிமையே ஒரு கலைஞனின் மிகச் சிறந்த பண்பு' என்று கூறுவார்கள். இது சுதாராஜுக்கும் பொருந்தும். வடிவப் பரிசோதனைகளில் அவருக்கு அதிக ஈடுபாடு இல்லை. பாரம்பரியமான சிறுகதை வடிவத்தில் தனது அனுபவங்களை மையமாகக் கொண்டு சமூக வாழ்வை, தனிமனித நடத்தையைப் பரிசீலனை செய்வது அவரது கலைப்பாணி. சமூகக் கடப்பாடு அவரது கலையின் பிறிதொரு முக்கியமான அம்சம் எனலாம்.

'ஒரு துவக்கின் கதை' இத்தொகுப்பில் எனக்கு மிகவும் பிடித்த கதைகளுள் ஒன்று. 'அப்பாவின் துப்பாக்கி' என்பது இக்கதைக்கு மிகவும் பொருத்தமான தலைப்பாக இருக்கும் என்று தோன்றுகின்றது. யுத்தத்துக்கு முந்திய அமைதியான யாழ்ப்பாணக் கிராமத்துச் சூழலில் தொடங்கும் கதை, யுத்தம் உக்கிரமடைந்து, கிராமங்கள் அழிந்து, குடும்பங்கள் சிதைந்து, மக்கள் சிதறிப் புலம்பெயர்ந்த சூழலில் முடிகிறது.

"அப்போது அப்பாவிடம் ஒரு துவக்கு இருந்தது. துவக்குகளைப் பற்றிய பரிச்சயம் யாழ்ப்பாணத்தில் பெரிதாக ஏற்படாதிருந்த காலம் அது. அரசாங்கத்திலிருந்து உரிய முறையில் லைசன்ஸ் பெற்றவர்கள்தான் துவக்கு வைத்திருக்கலாம். அவ்வாறு அந்த வட்டாரத்திலேயே அப்பாவிடம் மட்டும்தான் துவக்கு இருந்தது" என்று தொடங்குகின்றது கதை. ஒரு காலத்தில் எல்லாக் கிராமங்களிலும் இந்த நிலைமை இருந்தது. துப்பாக்கி மனிதர்களைச் சுட்டுத்தள்ளாத காலம் அது. சமூகச் செல்வாக்கின், குடும்ப அந்தஸ்தின் அடையாளமாக அது இருந்தது. இக்கதையிலும் அப்பா ஊரில் செல்வாக்கோடு வாழ்ந்த காலத்தின் சின்னமாக அது இருக்கிறது. அதைப் பார்ப்பதும்

தொடுவதும் அவனுக்குக் கிளர்ச்சியைத் தருகின்றன. பாடசாலை நண்பர்களைக் கூட்டிவந்து அதைக் காட்டி மகிழ்கிறான் அவன்.

அப்பா அவ்வப்போது நண்பர்களுடன் வேட்டைக்குப் போகும்போது அதைக் கொண்டுசெல்வார். வேட்டையில் கிடைக்கும் விலங்குகளைத் தோலுரித்து எல்லாருக்கும் இறைச்சியைப் பங்கிடுவார். வேட்டைக்குப் போகாத காலங்களில் அது வீட்டுச் சுவரில் தொங்கும். எப்போதாவது கலவரச் சூழல் தோன்றினால் அதைப் பொலிஸில் ஒப்படைக்க வேண்டும். பின்னர் அது திரும்பி வந்துவிடும். ஒருமுறை போன துவக்கு திரும்பி வரவில்லை. அதற்கு என்ன நடந்தது என்று யாருக்கும் தெரியவில்லை. அப்பா அதைப் பற்றி ஒன்றும் பேசவில்லை.

காலம் மாறியது. பையன் வளர்ந்துவிட்டான். "ஒருநாள் அவன் ஊரைவிட்டும் அப்பாவைவிட்டும் பிரிய நேர்ந்தது. மேற்படிப்பு, தொழில் வாய்ப்பு எனக் காலம் அவனை வேறு வேறு இடங்களுக்குக் கொண்டுபோனது." பின்னர் திருமணம், பிள்ளைகள் ...

"நாட்டுக்குள் விதவிதமான துவக்குகள் வந்துசேர்ந்தன. எங்கும் துவக்குகள் ... எவரிடமும் துவக்குகள். அவை எல்லா வல்லமையும் கொண்டவையாயிருந்தன! வேட்டையாடுதல் நாட்டுக்குள்ளே அமோகமாக நடந்தேறியது! எங்கும் மனிதர்களே வேட்டையா ப்பட்டார்கள்! மனித இறைச்சிகளை அவரவராகப் பங்கு போட்டுக்கொண்டார்கள்!" குடும்பம் சிதறிப்போயிற்று. அவனால் அப்பாவைப் போய்ப் பார்க்க முடியவில்லை. பேரப்பிள்ளைகளைப் பார்ப்பதற்காக ஒரு நாள் அப்பாவே அவனது வீடு தேடிவந்தார். பேரப்பிள்ளைகளிடம் கதை கேட்டார். அவரும் கதை சொன்னார். காணாமல்போன அவரது துவக்குபற்றிய கதையும் அதில் ஒன்று. "அப்பா வழக்கம்போல் வேட்டைக்குப்போய் வந்திருக்கிறார். சுட்டுக்கொன்றுவந்த கொழுத்த முயலைத் தோலுரித்து வெட்டியபோது ... அதன் வயிற்றில் குட்டிகள்..!"

"பிள்ளையளுக்கும் சொல்லயில்லை. தாய்க்கும் சொல்லயில்லை. நிலத்தைக் கிண்டி அப்படியே தாட்டுப்போட்டு ... அண்டைக்கே துவக்கையும் கொண்டுபோய் பொலிஸ் ஸ்டேசனிலை குடுத்திட்டு வந்திட்டன்."

அப்பாவின் துவக்கின் கதை இதுதான். "அந்தத் துவக்கின் கதையைக் கூறுவதற்கென்றே வந்தவர் போல அடுத்த நாட் காலை அப்பா போய்விட்டார். காலையில் எழுந்து வழக்கம்போல

தேகப்பயிற்சி செய்து. உணவருந்திவிட்டு, சாய்வுநாற்காலியில் சாய்ந்தவர். பிறகு எழவேயில்லை" என்று முடிகிறது கதை.

விழிப்படைந்த அப்பாவின் மனச்சாட்சி பொழுதுபோக்குக் காகப் பிராணிகளை வேட்டையாடிய கொலைத் தொழிலுக்கு முற்றுவைத்தது. மனிதர்களை வேட்டையாடும் கொலைத்தொழிலே அரசியலாகிவிட்ட சூழலில் அப்பாவின் மனச்சாட்சிக்கு இடம் இல்லையா? அதனால்தான் தனக்குள்ளேயே ரகசியமாகச் சுமந்து திரிந்த தன் மனச்சாட்சியின் பாரத்தைத் தன் பேரப்பிள்ளைகளிடம் இறக்கிவைத்துவிட்டு அப்பா கண்ணை மூடிவிட்டாரா? பேரப்பிள்ளைகளின் மனச்சாட்சி அதனால் விழிப்படையுமா?

கடந்த முப்பது ஆண்டுகளில் வன்முறைக்கு எதிராக எழுதப்பட்ட மிகச் சிறந்த ஈழத்துச் சிறுகதைகள் சிலவற்றுள் இதுவும் கட்டாயம் இடம்பெறும் என்பது என் கருத்து.

'தொலைந்துபோனது' இத்தொகுப்பின் முதலாவது கதை. இரண்டு வேறுபட்ட ஆளுமைகளை இக்கதை குவிமையப்படுத்துகின்றது. இது எழுத்தாளரின் சொந்த அனுபவமாகவும் இருக்கலாம். யுத்தகாலப் பின்னணியில் கதை சொல்லப்படுகின்றது. கதைசொல்லி பணத்தேவை உடையவர். தனக்கு ஒருவர் தரவேண்டிய பணத்தை வாங்கச் சென்று ஏமாற்றத்துடன் திரும்புகிறார். தனிமையான, அச்சுறுத்தும் பாதை. இடைவழியில், பாதையோரத்தில் தற்செயலாக ஒரு பணப்பையைக் கண்டெடுக்கிறார். எல்லாம் ஆயிரம் ரூபாய் நோட்டுகளைக் கொண்ட பெருந்தொகைப் பணம். இது கடவுளின் சோதனையா, கருணையா என்ற தடுமாற்றம் அவருக்கு. பணப்பையுடன் வீட்டுக்கு வருகிறார். அவரைப் போலவே வீட்டில் யாருமே அப்பணத்தைக் கையகப்படுத்த நினைக்கவில்லை. உரியவரிடம் சேர்ப்பிக்கவே விரும்புகின்றனர். உரியவரின் விலாசத்தைப் பணப்பைக்குள் இருந்து மகன் கண்டெடுக்கின்றான். கஷ்டப்பட்டு தந்தையும் மகனும் உரியவரின் வீடுதேடிச் சென்று, அவர்தான் பணத்தைத் தொலைத்தவர் என்று அறிந்தபின் அவரிடம் பணப்பையை ஒப்படைக்கின்றனர். அவரது கண்கள் விரிந்து முகம் மலர்ச்சியடைகின்றது. அவ்வளவுதான். அவர்கள் வந்த வேலை முடிந்து புறப்பட ஆயத்தமாகிறார்கள். "கொஞ்சம் பொறுங்க" என அவர் உள்ளே போகிறார். தகப்பனும் மகனும் வெவ்வேறு கற்பனைகளில் மூழ்குகின்றனர். அவரோ, காசை எண்ணிச் சரிபார்த்துவிட்டு வந்து "சரி போயிற்று வாங்க" என்று விடை கொடுக்கிறார்.

அவர்களுக்கு நன்றி கூற வேண்டுமென்றோ, தேனீர் கொடுத்து உபசரிக்க வேண்டுமென்றோ அவருக்குத் தோன்றவில்லை. தொலைந்துபோன பணம் திரும்பக் கிடைத்த அதிர்ச்சியில் அவர் எல்லாவற்றையும் மறந்துபோயிருக்கலாம். "பாத்தீங்களா அப்பா. நம்பிக்கை இல்லாமல் காசை எண்ணிப்பாத்திருக்கிறார்" என்று மகன் மனம் வெந்து வெடிப்பதோடு கதை முடிகிறது.

'தொலைந்துபோனது' என்ற ஆசிரியரின் கதைத் தலைப்பு சொல்லவருவது பணத்தை அல்ல, மனிதத்தை என்று கருதலாம். பணத்தைக் கண்டெடுத்தவர், பணத்தைத் தொலைத்தவர் இருவரின் நடத்தையும் நமது யதார்த்த அனுபவத்திலிருந்து விலகியவை. எனினும் மனிதத்தின் எழுச்சியையும் வீழ்ச்சியையும் எடுத்துக்காட்டுவதற்கு ஆசிரியருக்கு இப்புனைவு அவசியமாகி யிருக்கிறது.

சுதாராஜ் போராளிக் குழுக்கள் பற்றியோ, போராளிகள் பற்றியோ அதிகம் எழுதியவரல்ல. இத்தொகுப்பின் தலைப்புக் கதையான 'காட்டிலிருந்து வந்தவன்' அவ்வகையில் அவரது முக்கியமான கதை. கதையைப் படிக்கும்போது போராளிக் குழுக்களின் அடாவடித்தனத்தை அம்பலப்படுத்தும் பிறிதொரு கதை என்று தோன்றும். இக்கதை அதைப் பற்றியதும்தான்; அதே வேளை அதிலிருந்து வேறுபட்டதும்தான். கடன் சுமையுள் மூழ்கியுள்ள சுந்தரபாண்டியனின் வீடுதேடி வந்து தன் இயக்கத்தின் சார்பில் 20 இலட்ச ரூபா கப்பம் கேட்டு அச்சுறுத்தி முரட்டுத்தனமாக நடந்துகொள்ளும் போராளி பற்றிய கதை இது. கப்பத்துக்கான பேரம் கடைசியில் ஒரு லட்ச ரூபாயில் வந்து நிற்கிறது. அதையும் ஒரு நண்பனிடம் கடன்வாங்கி அவனிடம் கொடுக்கிறார் சுந்தரபாண்டியன். அவன் அவருடைய காரில் குறிப்பிட்ட இடத்தில் தன்னைக் கொண்டுவிடச் சொல்கிறான். இடைவழியில் காரை நிறுத்தி, பின்னால் தங்கள் வான் வருவதாகச் சொல்லி இறங்குகிறான். அவர் மீண்டும் காரை எடுக்குமுன் சட்டெனக் கதவைத் திறந்து அவரிடமிருந்து வாங்கிய பணத்தை காரின் முன் இருக்கையில் வைத்துக் கதவைச் சாத்துகிறான். "ஆச்சரியத்துடன் பார்த்தேன். திரும்பிக்கூடப் பாராமல் பின்னால் வரும் வானை நோக்கி விறுவிறு என நடந்துபோனான்" எனக் கதையை முடிக்கிறார் சுதாராஜ்.

ஆச்சரியம் சுந்தரபாண்டியனுக்கு மட்டுமல்ல, வாசகராகிய நமக்கும்தான். எதனால் இந்தத் திடீர்த் திருப்பம்? கப்பம் கேட்டவனின் மனதில் திடீரென ஏற்பட்ட கனிவாலா? (சாதாரண

மாக இயக்கங்கள் இத்தகைய கனிவை அனுமதிப்பதில்லை.)
20 லட்சம் கப்பத்தை ஒரு லட்சமாகக் குறைத்ததைத் தனது
இயக்கம் ஏற்றக்கொள்ளாது என்ற இறுதிநேரப் பயத்தாலா?
அப்படியென்றால் சுந்தரபாண்டியனின் துன்பம் இன்னும்
தொடரப்போகிறதா? என்பன போன்ற வினாக்களைக் கதையின்
முடிவு நம்முள் எழுப்புகின்றது. இது எவ்வாறாயினும்,
யுத்த சூழலில் போராளிக் குழுக்களின் நடவடிக்கைகளால்
தனிமனிதர்கள் எவ்வாறு பாதிக்கப்பட்டார்கள் என்பது பற்றிய ஒரு
சித்திரத்தை இக்கதை வாசகன் மனதில் வரைந்துவிடுகின்றது.

யுத்தம் எங்கு நடந்தாலும் அதன் குரூர முகம் ஒன்றாகவே
இருக்கின்றது. 'யுத்தங்கள் செய்வது' என்ற சுதாராஜின் கதை
யுத்தத்தின் இந்தக் குரூர முகம் பற்றியதுதான். லிபியாவில்
கடாபியை வீழ்த்துவதற்காக அமெரிக்கத் தலைமையில்
நடைபெற்ற யுத்தத்தில் சிக்குண்ட வெளிநாட்டுப் பணியாளர்கள்,
உள்நாட்டு உதவியாளர்களின் அனுபவத்தை இக்கதை
விபரிக்கின்றது. ஆசிரியரின் சொந்த அனுபவம் இதில் பிணைந்
துள்ளது எனலாம். ஒரு கிரேக்கக் கம்பனியின் செயற்திட்ட
முகாமையாளராக திரிப்போலியில் வேலைசெய்யும் ஒரு
யாழ்ப்பாணத்துத் தமிழ் அதிகாரி, யுத்த சூழலில் அவரைத் தனித்து
விடாது, அவருடனேயே இருக்கும் இரண்டு சிங்கள ஊழியர்கள்,
அவர்களுக்கு உதவியாளனாகப் பணிபுரியும் ஒரு லிபிய முஸ்லிம்
சாரதி ஆகிய நால்வரின் குணாதியங்களைச் சுற்றி விரிகிறது
கதை. சாரதி கமால்தான் இக்கதையின் முக்கிய பாத்திரம்.
அவனுக்கு இரண்டு வயது மகனும் இளம் மனைவியும். குழந்தை
யுத்தபீதியால் பாதிக்கப்பட்டிருந்தது. கமால் குடும்பத்துடன்
துனீசியாவுக்குப் புலம்பெயரத் திட்டமிட்டிருந்தான்.

நள்ளிரவில் திரிப்போலி நகர்மீது நேட்டோ விமானங்களின்
குண்டுவீச்சின் பேரோசை எழுப்பிய பதற்றத்துடன் கதை தொடங்கு
கின்றது. முகாமையாளர்தான் கதைசொல்லி. யாழ்ப்பாண யுத்த
சூழலில் குண்டுவீச்சுகளுக்குத் தப்பிப் பிழைத்த அனுபவம்
அவருக்குண்டு. அதனால் அவர் நிதானமாக இருக்கிறார்.
சிங்கள ஊழியர்கள் இருவருக்கும் யுத்தம் புதிய அனுபவம்.
பயத்திலும் பதற்றத்திலும் அவர்கள் உறைந்துபோயுள்ளனர்.
யுத்த ஆரம்பத்திலேயே இலங்கைப் பணியாளர்களை நாட்டுக்கு
அனுப்பியாகிவிட்டது. இவர்கள் மூவரும்தான் மிச்சம். நாளுக்கு
நாள் யுத்தபீதி அதிகரிக்கிறது. எப்படியும் நாட்டுக்குத் திரும்பிவிட
வேண்டும் என்ற நிலை.

"உங்களைத் துனீசியாவுக்குக் கொண்டுபோய் விடுகிறேன்.
அங்கிருந்து சிறீலங்கா போகலாம். கம்பனியுடன் பேசி

முடிவெடுங்கள்” என்கிறான் கமால். “உன் குடும்பத்தை எப்படிப் பாதுகாக்கலாம் என்பதைக் கவனி. எங்களுடைய வழியை நாங்கள் பார்க்கிறோம்” என்கிறார் முகாமையாளர். தானும் போய்விட்டால் அவர்களுக்கு உதவ யாரும் இல்லை என்பது கமாலின் வாதம். கடைசியில் அவன்தான் பல ஆபத்துகளுக்கு மத்தியில் அவர்களைத் துனீசியா கொண்டுபோய் விமானம் ஏற்றிவிடுகிறான்.

கதை அத்தோடு முடியவில்லை. யுத்தம் முடிந்தபின் கதைசொல்லி மீண்டும் திரிப்போலி வருகிறார். முன்புபோல் அவரை வரவேற்க விமான நிலையத்திற்குக் கமால் வரவில்லை. வந்தவன் வேறொருவன். “கமால் குண்டுவீச்சில் கொல்லப்பட்டு விட்டான்” என்பதுதான் அவன் சொன்ன செய்தி. இதைக் கேட்கத்தான் கதைசொல்லி மீண்டும் திரிப்போலிக்குப் போனாரா? அவர் போகாமலே இருந்திருக்கலாம். அதன்மூலம் வாசகருக்கு ஒரு சிறிது மன அமைதியைக் கொடுக்க ஆசிரியர் விரும்ப வில்லை. ஒரு நல்ல மனிதனின் இழப்பின் பின்னணியில் “போரே நீ போ.” என்ற எதிர்ப்புக் குரலை வாசகருக்குள் எழுப்புவதுதான் ஆசிரியரின் நோக்கம் எனலாம்.

இத்தொகுதியிலுள்ள ஒவ்வொரு கதையையும் பற்றி விரிவாகச் சொல்லவேண்டியதில்லை என்று நினைக்கின்றேன். ஒவ்வொன்றும் ஒவ்வொரு வகை. ஆனால் பெரும்பாலும் எல்லாக் கதைகளுமே மனிதத்தின் உயிர்ப்பைப் பற்றியே பேசுகின்றன. ஒருவர்மீது ஒருவர் வன்மம் கொண்ட கப்பல் தொழிலாளரிடையேயும் ஆபத்துவேளையில் மனிதம் உயிர்ப்பதை ‘உருளைக்கிழங்குகளும் வெங்காயங்களும் வெட்டப்படாமலே கிடந்தன’ என்ற கதையில் காண்கின்றோம்.

வறுமைப்பட்ட இக்கட்டான நிலையிலும் திருப்பிக் கொடுக்க வேண்டிய பணத்தின் ஒரு பகுதியையாவது உரியவரிடம் கொடுப்பதற்காக, நோன்புடன் வெயிலில் அலைந்து அவர் தன்னை அடையாளம் காணமுடியாத நிலையிலும் அவரிடம் சேர்ப்பித்து நிறைவுகாணும் சுருட்டு சாவல் என்ற சாகுல் ஹமீதை ‘எந்த முகம்’ என்ற கதையில் காண்கின்றோம். தமிழர்களுக்கும் முஸ்லிம்களுக்கும் இடையே வன்மம் கட்டவிழ்க்கப்பட்டுள்ள ஈழத்துச் சூழலில் இத்தகைய கதைகளுக்கு மிகுந்த முக்கியத்துவம் உண்டு. ‘வழிதவறிய ஆடு’, ‘இரவு வெளிச்சம்’ ஆகிய கதைகளிலும் இந்த உயிர்ப்பு இழையெடுக்கிறது. ‘உள்ளுறை வெப்பம்’ வேறுவகையான கதை. பாடசாலை ஆசிரியர் ஒருவரின் வன்முறையும் சுயநலமும் இதில் சூறப்படுகின்றன. ஆசிரியரின் மற்றக் கதைகளைவிட இது சற்றுப் பலவீனமானது. ‘பிறழ்வு’

சுதாராஜின் கதைப்பாணியிலிருந்து வேறுபட்டது. மனப் பிறழ்வுற்ற ஒருவனின் கதையா, பேய்க்கதையா என்ற மயக்கத்தை ஆசிரியர் நமக்குள் ஏற்படுத்துகிறார்.

சுருக்கமாகச் சொல்வதானால் சுதாராஜின் கதைகள் வெவ்வேறு வகையில் மனித ஆளுமையின் உடைவுகளையும் அதன் உயிர்ப்பையும் பேசுகின்றன. மனிதநேயமும் மனிதத்தின் உயிர்ப்புமே அவரது அரசியலாகவும் அழகியலாகவும் அவரது படைப்புகள் ஊடாக வெளிப்படுகின்றன. அவரது இலக்கியத்தில் போலிப்பகட்டு, சுத்துமாத்து எதுவும் இல்லை. எல்லாமே எளிமையாக, வெளிப்படையாக, நேரடியாகச் சொல்லப்படு கின்றன. அதனாலேயே அவரையும் அவரது எழுத்தையும் எனக்குப் பிடிக்கின்றது. அவர் இன்னும் நிறைய எழுத வேண்டும். அவருக்கு எனது வாழ்த்துகள்.

கண்டி, இலங்கை

எம். ஏ. நு்ஃமான்

14-10-2017

தொலைந்துபோனது

இருள் கசியத் தொடங்கும் மாலை ஆறு மணிப் பொழுதில் அந்த வீதியில் வந்துகொண்டிருந்தேன். முக்கிய நகரங்களைத் தொடுக்கும் பிரதான வீதிதான் அது. எனினும் சன நடமாட்டம் குறைவாயிருந்தது. நகரத்திலிருந்து எட்டுக் கட்டை தொலைவிலிருந்த அந்தப் பகுதியில் குடிமனைகளும் குறைவு. அடுத்த நகரம் சுமார் நாற்பது கிலோமீட்டருக்கு அப்பாலிருந்தது. நாட்டில் சுமுக நிலையற்ற காலம் அது. இருள்வதற்கு முன்னரே மக்கள் வீடுகளுள் அடங்கிப்போய்விடுவதற்கு அதுவும் ஒரு காரணமா யிருக்கலாம். இன்னும் வெட்டப்படாத காட்டு மரங்களும் பற்றைப் புதர்களும் இருமருங்கும் கொண்ட வீதியில், இந்தத் தனிமை வேளையில் எனது ஐம்பது சீசி ஸ்கூட்டரில் பயணித்து வருவது சற்றுத் திரில்லாகக்கூட இருந்தது. முகத்திலடிக்கும் குளிர்காற்றின் சுகத்துடன் பறந்துசெல்லும் ஒரு குருவியாக நான். ஆனால் வீதியில் மூச்சிரைக்கும் வேகத்தில் அவ்வப்போது வரும் வாகனங்கள் இந்த அனுபவிப்பைக் கெடுத்துவிடும்.

முக்கிய தேவை ஒன்றிற்காக ஒருவரைப் பார்க்க வந்துவிட்டுத் திரும்பும் பயணம் அது. முக்கியம் என்ன... பணத் தேவைதான்! வீட்டுக்குப் போனால், ஆள் தோட்டத்தில் என்றார்கள், தோட்டத்திற்கு வந்தால் வீட்டில் என்றார்கள். எனது மிட்சுபிசி

காரை சில காலத்தின் முன் அவருக்கு விற்றிருந்தேன். அவசர பணத் தேவைக்காக விற்கவேண்டியிருந்தது. அப்போது அவர் ஒரு குறிப்பிட்ட தொகையைத் தந்து மிகுதிப் பணத்திற்குத் தவணை கேட்டிருந்தார். எனது கஷ்ட நிலைமையில் அதற்கு உடன்பட்டுக் கொடுத்திருந்தேன். ஆனால் தவணை கடந்தும் ஆளைப் பிடிக்க வாரோட்டம் ஓடவேண்டியிருந்தது.

வாழ்க்கைப்பாட்டைக் கொண்டுநடத்துவதற்குப் பணம் தேவைப்படுகிறது. வெளிநாட்டுக் கம்பனியில் பணிபுரிந்து மாதாமாதம் ஊதியம் பெற்றபோது எல்லாம் சரியாகத்தான் இருந்தது. பிள்ளைகளைப் பிரிந்து எவ்வளவு காலம்தான் வெளிநாடுகளில் தனிமையாக இருப்பது. ஊரோடு வந்து சொந்தமாக ஏதாவது பிஸினெஸ் செய்யலாமே என ஆரம்பித்தால்... அது கவிழ்த்துவிட்டது!

தூரத்தில் ஒரு லொறி இரைந்து வந்துகொண்டிருந்தது. பிரதான வீதியில் ஓடும் லொறி, பஸ் போன்ற வாகனங்கள் இதுபோன்ற ஸ்கூட்டர்களுக்கு இடம்விட்டு விலத்திப் போகமாட்டார்கள். பாரத்துடன் செலுத்தும் வாகனத்தின் ஸ்பீட்டைக் குறைத்து ஓரம் கொடுத்துப் போவது அவர்களுக்குச் சிரமமாயிருக்கலாம் அல்லது அவர்களது தூரப் பயணம் தாமதமாகலாம். ஆக்ஸிலேட்டரில் அழுத்திய காலை எடுக்காமல், அந்த ரோட்டு தங்களுக்கே சொந்தம் என்பதுபோல அசுர கதியில் ஓடுவார்கள். நாங்கள்தான் ஓரம் போக வேண்டும் அல்லது அதோ கதியாகப் போக நேரிடும். லொறி அண்மையில் வந்ததும் சட்டென ஸ்கூட்டரை ஓரத்திற்கு இறக்கினேன்.

அப்போதுதான் அது தென்பட்டது.

ஒரு சிறிய பயணப் பை! அதைப் பயணப் பை என்றும் சொல்லமுடியாது. லப்ரொப் ஒன்றைக் கொண்டுதிரியக்கூடிய அளவிலான சிறிய கறுப்புநிறப் பை அல்லது அதற்குள் ஒரு லப்ரொப்தான் உள்ளதோ என்றும் தெரியவில்லை.

லொறி விலத்திச் சென்றதும் ஸ்கூட்டரை ஒரு யூ வளைவெடுத்துத் திரும்பவந்து நிறுத்தினேன். அண்மிக்காமல் ஸ்கூட்டரில் இருந்தபடியே நோட்டம் விட்டேன். யாரோ கொண்டுவந்து தேவையற்ற பொருள் என வீசப்பட்ட பழைய பைபோலத் தெரியவில்லை. புதியதுபோலத் தோன்றியது. யாராவது தவறவிட்டிருப்பார்களோ? அவ்விடத்தில் புல்பூண்டுகள் மடிந்து முறிந்துபோய்க்கிடந்தன. எதிர்ப்பட்டு வந்த வாகனமொன்றை விலத்துவதற்காக, ஸ்கூட்டரிலோ அல்லது

மோட்டார் சைக்கிளிலோ வந்த ஒருவர் ஓரம் கட்டியபோது அது விழுந்திருக்கலாம். அல்லது அவரே விழுந்து எழும்பியிருக்கலாம். அதை எடுத்து உரியவரிடம் சேர்த்துவிடுவதுதான் சரி என்று தோன்றியது.

அது எப்படி இன்னும் யாருடைய கண்ணிலும் படாமற் கிடக்கிறது என யோசித்தேன். இலங்கையில் அப்போது யுத்தகாலம். 'வீதியோரங்களிலும் பொது இடங்களிலும் உள்ள பார்சல்களையோ பைகளையோ எடுக்கவேண்டாம்... அது ஒரு வெடிகுண்டாகவும் இருக்கக்கூடும்...' என அறிவுறுத்தல்கள் வந்துகொண்டிருந்தமையால், அதைக் கண்டவரும் காணாதவர்போலப் போயிருக்கலாம்.

ஸ்கூட்டரை விட்டு இறங்கினேன். எனினும் அதை எடுப்பதா விடுவதா என மனத்தயக்கம். அது ஒரு வெடிகுண்டாகவே இருந்து எடுக்கும்போது வெடித்துவிட்டால்? வெடிகுண்டு நிஜத்தில் எப்படியான தோற்றத்தில் இருக்கும் என்று எனக்கு ஏதும் சரியான அனுமானம் இல்லை. யுத்த காலத்தில் மீட்கப்பட்ட குண்டுகள் என ரீவீயில் காட்டியிருக்கிறார்கள். அதையெல்லாம்விட ஏற்கனவே சினிமாப் படங்களில் பார்த்திருக்கிறேன். அதுதான் மனக்கண்ணில் முந்திக்கொண்டு வந்தது! சிவப்பாக ஒரு பல்ப் மின்னிக்கொண்டிருக்கும்... சில வயர்கள் துருத்திக்கொண்டு தெரியும். அப்படியான ஏதும் சமாச்சாரங்களை அதிற் காணவில்லை. சற்றுத் துணிவு ஏற்பட்டது. எனினும் எச்சரிக்கையுணர்வுடன் ஒரு நீளமான தடியைத் தேடி எடுத்தேன். அது குண்டுதானா என்று தடியினால் புரட்டிப் பார்க்கலாமல்லவா!

தடியுடன் என்னைக் கண்டவர்கள் நான் ஏதோ பாம்பை அடிக்கப்போவதாக எண்ணிக்கொண்டுபோலும் இன்னும் வேகமாக வாகனங்களைச் செலுத்திக்கொண்டு ஓடினார்கள்!

புரட்டியபோது, பை மிக இலகுவாக மறுபக்கம் புரண்டது. அதற்குள் ஏதும் இல்லையோ? லப்ரொப் உள்ளே இருந்திருந்தால், அதன் கனதி கைக்குத் தெரிந்திருக்கும். தேவைப்படாது என யாரோ வீசிவிட்டுப்போன பையுடன் நான் மினக்கெடுகிறேனா? எனினும் ஒரு உந்துதலில் பையைக் கையில் எடுத்தேன். அதன் ஸிப்பைத் திறந்தபோது...

ஒரு கட்டுக் காசு! எல்லாம் ஆயிரம் ரூபாய்த் தாள்கள்!

அது பயணப் பை அல்ல... பணப் பை!

கடவுளே ... என்ன இது?

கடவுள் என்னைச் சோதிக்கிறார்! பண நெருக்கடியிற் கஷ்டப்படும் என் கண்களில் இப்படி ஒரு கட்டுக் காசைக் காட்டிச் சோதிக்கிறாரோ? அல்லது கடவுளின் கருணையா இது? இப்படிக் கண்ணுக்கு முன்னாக அற்புதங்கள் புரியக்கூடியவரா கடவுள்? நான் பொதுவாக கஷ்டநிலை வந்தால் மட்டும் கடவுளிடம் வேண்டுகிற ரைப் ஆன ஆள். பணத்தேவை காரணமாக நான் சில நாட்களாக கடவுளின் தீவிர பக்தனாக மாறியிருந்தேன். அதுதான் கடவுள் கண் திறந்தாரோ?

பணத்தைக் கண்டவுடன் இப்படியெல்லாம் எண்ணங்கள் ஓடிவிட்டது. பணக்கட்டுடன் சேர்த்து... ஒரு நில அளவை ரேப், சில எழுதப்படாத ஏ4 சைஸ் தாள்கள், இரண்டு பென்சில்கள் ஆகிய பொருட்களும் இருந்தன. உரிமையாளர் பற்றிய விபரங்கள் எதையும் அதற்குள் காணமுடியவில்லை.

ஸிப்பை இழுத்து மூடினேன். இந்த இடத்தில் ... இந்த நேரத்தில் ... இவ்வளவு பணத்துடன் நிற்பதை யாராவது கண்டால், கொலை விழுந்தாலும் விழும். ஏதும் நடக்காததுபோல் மிகச் சாதாரணமாகப் பையையும் காவிக்கொண்டு ஸ்கூட்டரை ஸ்ரார்ட் செய்தேன்.

வீட்டில் ஸ்கூட்டரை நிறுத்திவிட்டுப் பையுடன் இறங்கியதும் முதலில் எதிர்ப்பட்டவள் எனது மகள் விசித்திராதான்.

"என்னப்பா ... லப்ரோப்பா? புதுசா வாங்கினீங்களா ..?" எனத் தொடராகக் கேள்விகளைக் கேட்டவாறே அண்மையில் ஓடிவந்தாள். பிள்ளைக்கு ஒரு லப்ரொப் தேவைப்படுவது எனக்கு ஏற்கனவே தெரியும். ஆனால் எனது கஷ்ட நிலை கருதி வாங்கித்தருமாறு கேட்டிருக்கவில்லை. இப்போது அவளது ஆச்சரியத்தை அவளது முகம் காட்டியது.

"இல்லையம்மா, இது வேற ஒராளிண்ட பை ..."

அதற்குமேல் ஏதும் பேசாமல் உள்ளே போனேன். மேற்கொண்டு கேட்கப்படக்கூடிய கேள்விகளுக்கு என்னிடம் பதில் தயாரில்லாமலிருந்தது. ஆனால் மகளின் குரல் கேட்டு என் மனைவி முன்னே வந்தாள்!

"என்ன அது ..?"

"ஒன்றுமில்ல ... இது இன்னொராளிண்ட பை ..." எனச் சாதாரணமாகக் கூறியவாறு அறைக்குட் சென்று பையை

வைத்தேன். அதற்கு ஒரு நேரம் தேவைப்படவில்லை. நான் சேர்ட்டைக் கழற்றிக் கொழுவியில் மாட்டுவதற்கிடையில், பையைத் திறந்து பார்த்துவிட்டாள்!

"என்ன... கார்க் காசு தந்திட்டாரா?" – நான் போயிருந்த காரணம் அவளுக்குத் தெரியுமாகையால், கார் வாங்கியவர் மிகுதிப் பணத்தைத் தந்திருக்கக்கூடும் என நினைத்திருக்கிறாள்.

"ஆளையே பிடிக்க முடியயில்ல... எப்பிடிக் காசு கிடைக்கும்..?"

"அப்ப அது..?", மேசையிலிருந்த பையைக் காட்டிக் கேட்டாள்.

"அது வேற ஒருத்தற்றை காசு..."

"என்ன பிறகும் வட்டிக்குக் காசு எடுத்திட்டீங்களா." – அவளது குரல் அதிர்ச்சியாக வெளிப்பட்டது.

"இல்ல இது வேற விஷயம்."

"நீங்க எனக்குப் பொய் சொல்லுறீங்க..! வட்டிக்குத்தான் எடுத்து வந்திருக்கிறீங்கள். ஏற்கனவே பட்ட கடன்களுக்கு வட்டி கட்டேலாமல் பெரிய பாடு படுறீங்கள். அதுக்குள்ள பிறகுமா?"

இப்போது நான் சாணடையவேண்டியிருந்தது. நடந்த விஷயத்தைக் கூறினேன்.

"ஐயோ, அதை இங்க கொண்டு வந்திட்டீங்களா?" அவளுக்கு மீண்டும் அதிர்ச்சி.

"அது யாற்றையென்று தெரியாதபடியாற்தான் கொண்டு வந்திருக்கிறன்..."

அப்போது விசித்திரா குறுக்கிட்டுச் சொன்னாள், "தெரியா விட்டால் அதைப் பொலிஸ் ஸ்டேசனிலை ஒப்படைக்கவேணும்... அல்லது அது சட்டப்படி குற்றம்!"

விசித்திரா சட்டக் கல்லூரிக்கு மேற்படிப்புக்காக விண்ணப்பித்திருந்தாள். அதனால் வீட்டில் ஏதாவது இதுபோன்ற பிரச்சனைகள் தோன்றும் வேளைகளில், சட்ட நுணுக்கங்களை ஆதாரபூர்வமாக எடுத்துக் கூறக்கூடிய வல்லமை பெற்றிருந்தாள்!

"பொலிசிலையா? அவ்வளவுதான்! ஒரு ஸ்ரேற்மன்ற் எழுதி எடுத்துக்கொண்டு காசையும் வேண்டி வைச்சிடுவாங்கள்... அதோட கதை முடிஞ்சுது." இப்படிக் கூறியது விசித்திராவுக்கு அடுத்த எனது மகன். உயர் வகுப்பிற் படிக்கும் இவன்,

வெட்டொன்று துண்டு ரெண்டெனத்தான் பேசுவான். ஆனால் வெட்டு சரியான இடத்திற்தான் விழும்.

அவன் அப்படிக் கூறியதும் நான் உஷாரடைந்தேன். ஏனெனில் பணத்தைக் கொண்டுபோய்ப் பொலிஸில் கொடுத்துவிடலாமோ என்ற ஒரு எண்ணம் என்னிடமும் இருந்தது. இப்போது மனதை மாற்றிக்கொண்டு, "காசு வீட்டிலையே இருக்கட்டும். அதை உரியவரிட்டையே சேர்க்கிறதுதான் சரி." என அந்தப் பிரச்சனைக்கு ஒரு முற்றுப்புள்ளி வைக்க முயன்றேன்.

"அதுதான் யாரென்று தெரியாதே, எப்பிடிக் குடுக்கப் போறீங்க?", மனைவிக்கு இன்னும் என்மேற் சந்தேகமிருந்தது. பணநெருக்கடி காரணமாக இந்த ஆள் அதை அமுக்கிவிடுமோ என்ற சந்தேகம்தான்.

"காசைத் தொலைச்சவர் அதைத் தேடாமல் விடுவாரா? காலையில் அந்த வீதியில் போய்ப் பார்க்கலாம். யாராவது தேடிவருவார்கள்." இது சற்று சாத்தியமற்ற யோசனையானாலும், மனைவியைச் சமாதானப்படுத்துவதற்கு ஏதாவது கூறவேண்டி யிருந்தது.

அப்போதுதான் எனது இளைய மகன் ரியூசன் முடிந்து வீட்டுக்கு வந்திருந்தான். மோப்பசக்தி அபரிதமாகக் கொண்ட ஐந்து இவன்! அறைக்குள் போன பிள்ளை பாடப் புத்தகத்தைப் படிப்பதில் ஊக்கமாக இருக்கிறான் என எண்ணிக் கொண்டிருந்தால்,

"அப்பா இவ்வளவும் உங்கட காசா?" என்ற கேள்வியுடன் வெளியே வந்தான்.

அவனது முகம் மகிழ்ச்சியில் மலர்ந்துபோயிருந்தது. ரியூசனுக்குப் போய்வருவதற்கு ஒரு சைக்கிள் வாங்கித் தருமாறு கேட்டிருந்தான். வேறொன்றுமில்லை ... குட்டிச் சைக்கிள் ஓடவேண்டுமென்ற ஆசைதான் அது! பிள்ளைகளென்றால் அவர்களது வயதிற்கேற்ப ஏதாவது பொருட்கள் தேவைப்படுவது இயல்புதான். ஆனால் அவற்றையெல்லாம் நிறைவேற்றமுடியாத அப்பாக்களில் நானும் ஒருவன்.

'அப்பாவிட்டைக் காசில்லை அப்பன். காசு வந்தபிறகு வாங்கித் தாறன்' என அவனைச் சமாளித்து வைத்திருந்தேன்.

இப்போது அந்தக் கட்டுக் காசை ஒரு கைவிசிறியைப்போல கையில் வைத்து ஆட்டிக்கொண்டே கூறினான், "சரியாக ஒரு லட்சத்து இருபத்தையாயிரம் ரூபாய் இருக்கு!"

சுதாராஜ்

அப்போதுதான் அதில் எவ்வளவு காசு இருந்தது என எங்கள் எல்லோருக்குமே தெரியவந்தது! மனைவி ஓடிச்சென்று அதை அவனது கையிலிருந்து பறித்தாள் "இங்க விடு! அது வேற ஒராளின்ரை காசு" திரும்பவும் அது அறைக்குள் கொண்டு சென்று பத்திரப்படுத்தப்பட்டது.

நான் மகனைச் சமாதானப்படுத்த முயற்சித்து, நடந்த விஷயத்தைக் கூறினேன்.

"ஆரப்பா அது? இவ்வளவு காசையும் கவனமில்லாமல் விட்டது?"

"அதுதான் தெரியயில்லை அப்பன். அந்தப் பைக்குள்ள ஒரு விபரமும் இல்லையே!"

"அப்ப எப்பிடிக் காசைத் திருப்பிக் குடுப்பீங்க?"

"எப்பிடியாவது குடுக்கத்தானே வேணும். யோசிப்பம்!"

இந்த அளவில் வீடு கொஞ்சம் அமைதி நிலைக்கு வந்தது. நாங்கள் சாப்பிடுவதற்காக ஆற அமர்ந்தோம். வழக்கம்போல பாடங்களைப் படிக்க அறைக்குள் போயிருந்த இளைய மகன் அப்போது, "அப்பா ... அப்பா ..!" என உச்சஸ்தாயியில் அழைத்தான். நான் எழுந்து போவதற்கு முன்னரே கையில் ஒரு தாளுடன் வெளியே வந்தான். 'இது அந்த பாய்க்குக்குள்ள இருந்ததப்பா.'

அதற்குள் இருந்தது எப்படி என் கண்ணிற் படாமற் போனது? "பாய்க்குக்கு உள்ளேயே ஒரு பொக்கட் இருக்கு. அப்பிடி ஒரு பொக்கட் இருக்கிறதே தெரியாதமாதிரித்தான் செய்திருக் கிறாங்க." என விளக்கமளித்தான் மகன். அப்படியெல்லாம் துளாவிச் சோதித்துப் பார்க்க வேண்டுமென்று எனக்குத் தோன்றியிருக்கவில்லை.

தாளில் பென்சிலால் சில குறிப்புக்கள் போடப்பட்டிருந்தன. மேலோட்டமாக வரைபடம்போல வரையப்பட்டிருந்த கோடுகளுடன், நீள அகல அளவுகள் குறிக்கப்பட்டிருந்தன. 'மிஸ்டர் அலோசியஸ், ஊமைக்காடு கிழக்கு' என்ற விபரமும் இருந்தது! ஆகவே இது ஒரு நில அளவையாளருக்குச் சொந்தமானதுதான் என்பது ருசுவாகியது.

மீண்டும் நாங்களெல்லாம் ஒன்றுகூடி அந்த விபரங்கள்பற்றிக் கலந்துரையாடினோம். 'மிஸ்டர் அலோசியஸ் என்றது காணிச் சொந்தக்காரரின்ட பெயராயிருக்கும். அவரைக் கண்டுபிடிச்சால் சேவையரின்ட விபரங்களை விசாரிச்சு அறியலாம்,' என

விசித்திரா விளக்கம் தந்தாள். "ஊமைக்காடு கிழக்கு என்றதுதான் காணி உள்ள இடம். அங்க போய்ப் பாருங்க அப்பா!"

எனக்குத் திகிலாக இருந்தது. ஊமைக்காடு என்ற பெயரே பயங்கரமாக இருக்கிறது. அங்கு நான் போகவேண்டுமா? அங்கே காணிச் சொந்தக்காரர்தான் இருப்பாரோ அல்லது பேய் பிசாசுகள்தான் இருக்குமோ என்னவோ!

"அந்தப் பகுதியில அப்பிடி ஒரு இடம் இல்லையே. அது சிங்கள ஆட்கள் கூடுதலாக உள்ள ஏரியா. எல்லா இடங்களும் சிங்களப் பெயரிலதான் இருக்கு!" எனச் சமாளித்தேன். அதற்குப் பதில் எனது மூத்த மகளிடமிருந்து வந்தது.

"இல்ல அப்பா ... ஆதி காலத்தில அது தமிழ் பேசிற ஆட்கள் இருந்த இடமாயிருந்திருக்கும். பிறகு பிறகுதான் சிங்களக் குடியேற்றங்களும் வந்து ஊர்களின்ட பெயரையும் மாற்றியிருப்பாங்க."

இவள் வரலாற்றுத்துறையில் மேற் படிப்புப் படித்துக் கொண்டிருப்பவள். இப்படி ஒவ்வொரு சப்ஜெக்டிலும் துறை போனவர்கள் எங்கள் வீட்டில் இருந்தமையால், இதுபோன்ற சிக்கலான சமயங்களில் சந்தேகங்களைத் தீர்த்துக்கொள்வது சுலபமாயிருந்தது!

ஆக நான் காலையில் அங்கு போகவேண்டியது ஊர்ஜிதமாகியது. இளைய மகன் குதூகலித்தான், "அப்பா நானும் வாறன், போகலாம்!"

நான் எங்கு போனாலும் விடுப்புப் பார்ப்பதற்காக எப்போதும் என் கால்களைச் சுற்றிவருகிற பூனைக்குட்டி இவன். எனக்குத் தெம்பாயிருந்தது. நான்கு பிள்ளைகளுக்குத் தந்தையானாலும், நான் இளமையான தோற்றமுடையவன். சந்தேகத்திற்கிடமான தமிழ் இளைஞர்களைப் பிடித்து உள்ளே 'போடுகிற' காலம் அது. தெரியாத இடத்தில் யாரையாவது விசாரிக்கப் போக, எனக்கும் அந்தக் கதி நேரலாம். எனவே மகனுடன் போவது குடும்பஸ்தன் என்ற ரீதியில் ஓரளவு பாதுகாப்பாயிருக்கும்.

"சரி, சரி போகலாம்." என ஆமோதித்தேன்.

"ஏன் ஸ்கூலுக்குக் கட் அடிக்கவோ?" என மகனைக் கடிந்தாள் மனைவி. அவளுக்கு என் நிலைமை புரியவில்லை.

அடுத்தநாள் மகன் ஸ்கூல் விட்டு வந்தபின் இருவருமாகப் புறப்பட்டோம். பிரதான வீதியிலிருந்து ஒவ்வொரு கிறவல் ரோட்டுக்களாக இறங்கி தேடுதலைத் தொடங்கினோம்.

தென்னந்தோட்டங்கள், தேக்குமரக் காடுகளெல்லாம் ஓடிப் பார்த்தாயிற்று. தோட்டங்களில் உள்ளவர்களிடமும் பாதையில் தென்படுகிறவர்களிடமும் விசாரித்தோம். ஊமைக்காடு எங்கிருக்கிறது என யாருக்கும் தெரியவில்லை. அது நிலஅளவைப் படங்களில் மட்டும் பதியப்பட்டிருக்கும் பெயராயிருக்கலாம்.

இந்த இடம் பற்றிய தகவல்களை நிலஅளவைத் திணைக்களத்திற்குச் சென்று தெரிந்துகொள்ளலாமே என்று தோன்றியது. இப்படித் தாமதமாகத்தான் எனக்கு உருப்படியான யோசனைகள் தோன்றுவதுண்டு! அடுத்தநாள் அங்கு பணிபுரியும் ஒருவரின் உதவியுடன், உரிய கட்டணத்தைச் செலுத்தி பழைய வரைபடங்களைத் தேடி எடுத்துப் பார்த்தபோது பலன் கிடைத்தது. ஊமைக்காடு பற்றிய குறிப்புகளை எடுத்தபோதுதான் தெரிந்தது. நாங்கள் முதல்நாள் வேறு திக்குகளில் அலைந்திருக்கிறோம். நானும் மகனுமாக மனம் தளராது மீண்டும் ஊமைக்காட்டைத் தேடிப் போனோம்.

அளந்து பிரிக்கப்பட்ட பகுதிகளில் மரங்கள் வெட்டப்பட் டிருந்தன. புதிதாகக் காடு வெட்டித் துப்புரவு செய்து தென்னம்பிள்ளைகள் நடப்பட்ட தோட்டங்கள். சனசந்தடி அவ்வளவாக இல்லை. தூரத்தில் இரைந்து உறுமல் சத்தம் கேட்டது. அந்தத் திசையை நோக்கிப் போனோம். டோசர் இயந்திரமொன்று வேலை செய்துகொண்டிருந்தது. அங்கு சில தொழிலாளர்கள் வேலைகளில் ஈடுபட்டிருந்தார்கள். ஸ்கூட்டரை ஓரமாக நிறுத்தி இறங்கியதும் காவல்காரர் வாசலுக்கு வந்தார். விசாரித்தோம். வெற்றி. அதுதான் மிஸ்டர் அலோசியஸின் தோட்டம். ஆனால் அங்கே அவர் இல்லை என்றும், வேலைகளை மேற்பார்வை செய்பவர் உள்ளே நிற்பதாகவும் அவரிடம் பேசலாம் என்றும் கூறினார்.

உள்ளே அவரைச் சந்திக்கப் போகும்போது மகன் ஒரு விஷயத்தைக் கூறினான், "எங்கடை தோட்டக் காணி அளக்கவேண்டியிருக்கு. இங்க வேலை செய்த சேவையரிண்ட விலாசத்தைத் தரமுடியுமா என்று கேளுங்க அப்பா."

எங்களுக்கு ஒரு தோட்டக் காணியா? நான் புரியாது விழித்தேன். "எங்களுக்குத்தான் தோட்டம் இல்லையே," என்றேன்.

"இல்ல அப்பா அப்பிடிக் கதை விட்டுத்தான் விசாரிக்க வேணும். காசு கண்டெடுத்த விஷயமெல்லாம் இவங்களுக்குச் சொல்லக்கூடாது."

அந்த வகையில் பேசினோம். தேவையான விபரங்கள் கிடைத்தது. இப்போதே அவரைக் காணப் போகலாம் என

மகன் அவசரப்படுத்தினான். காசைத் தொலைத்தவருக்கு, அது தானாகவே திரும்ப வந்து கிடைக்கும்போது ஏற்படும் சந்தோசத்தைக் காணும் ஆர்வம்! சில வியாதிகள் மரபணு ரீதியாகத் தொற்றும் என்கிறார்கள். என்னிடமிருந்து அது அவனுக்கும் தொற்றியிருக்கிறது.

வீட்டுக்குச் சென்று ஸ்கூட்டரை நிறுத்தமுதலே மகன் பாய்ந்து சென்று, அந்தச் செய்தியைத் தாயிடம் கூறினான். தன் மகனைச் 'சான்றோன் எனக் கேட்ட தாய்' என்ற நிலையடைந்து நின்றாள் மனைவி! என்னைக் கண்டதும், "கெட்டிக்காரர்தான்." என மெச்சினாள். அவளிடமிருந்து இதுபோன்ற வார்த்தைகள் எனக்கு இலகுவிற் கிடைப்பதில்லை. அதனால் நான் அந்தப் புகழ்ச்சியை மெய்மறந்து அனுபவித்தேன்.

பணப்பையை அது வெளியே தெரியாதபடி இன்னொரு பொலித்தீன் உறையிற் போட்டுக் கட்டினான் மகன். அவர்தான் உரியவர் என்று நிட்சயமாகத் தெரியாமல் எப்படிக் கொடுப்பது? அவரையும் விசாரிக்கவேண்டுமாம். எங்கள் ஐம்பது சீசீ காற்றில் பறந்தது.

வீட்டு வாசலில் நாட்டப்பட்டிருந்த பலகையில், 'உத்தரவு பெற்ற நில அளவையாளர்' என அவரது பெயர் விபரங்கள் போடப்பட்டிருந்தது. பணப்பையை வெளியில் மதிலோரமாக ஸ்கூட்டரிலேயே விட்டுச் சென்று கதவைத் தட்டினோம்.

கதவைத் திறந்தவரிடம் பெயரைக் குறிப்பிட்டுக் கேட்டதும், "நான்தான். என்ன விஷயம்?" என்றார்.

"ஒரு அலுவல்... பேசவேணும்."

உள்ளே அழைத்தார். யாராவது காணி அளக்கும் தேவைக்காக வந்திருக்கலாம் என அவர் நினைத்திருக்கக்கூடும்.

மகன் எனது இடுப்பில் மெல்லச் சுரண்டினான். அவனிடம் காது கொடுத்தேன்.

"காசைத் தொலைச்சவர் இவர்தான் அப்பா..!"

"உனக்கு எப்பிடித் தெரியும்..?"

"வீட்டுக்கு ஆராவது வந்தால் நீங்கள் சந்தோஷத்தோடதானே உள்ள கூப்பிடுவீங்க? இவரைப் பாத்தீங்களா... கவலைப்பட்டுக் கொண்டு நிக்கிறார். காசு தொலைஞ்ச கவலையாய்த்தானிருக்கும்!"

வந்த காரியத்தைக் கேட்டு எங்களுடன் பேசத் தொடங் கினார். சற்று நேரத்தில் கதையைத் திருப்பி, 'ஊமைக்காடு என்ற பகுதியில் காணி அளக்கப் போயிருந்தீங்களா ... அவர்களிடம்தான் விசாரித்து வந்தோம்.' எனச் சொன்னதும் அவர் உடைந்துபோனார். கேட்கமுதலே தனது சோகக் கதையைக் கூறத்தொடங்கினார். காணி அளந்த கூலியை அன்று தோட்டக்காரர் இவரிடம் கொடுத்திருக்கிறார். வழக்கம்போல மோட்டார் சைக்கிளின் பின் கரியரில் பையை வைத்துக்கொண்டு வந்தாராம். கட்டவிழ்ந்து எங்கேயோ தவறி விழுந்துவிட்ட தென்பது வீட்டுக்கு வந்தபின்புதான் தெரிந்ததாம். தான் ஏதாவது யோசனையில் சரியாக அதைக் கரியரில் கட்டி வைக்கவில்லையோ தெரியவில்லை எனவும் கவலைப்பட்டார்.

வந்த பாதையெல்லாம் திரும்பப்போய் பார்த்திருக்கிறார். கிடைக்கவில்லை. காணிஅளவு வேலையில் ஈடுபட்ட தொழிலாளர் களின் சம்பளங்கள்கூட இன்னும் கொடுக்கப்படவில்லையாம்.

அவர் இவ்வாறு பேசிக்கொண்டிருக்கும்போதே மகன் ஒரு பாய்ச்சலில் வெளியே ஓடிச்சென்றான். சற்று நேரத்தில் பணப்பையுடன் உள்ளே வந்தான். அதை அவரிடம் கொடுத்தோம்.

"இதுதானே அது?"

அவரது கண்கள் விரிந்து பூத்தது. முகமும் மலர்ச்சியடைந்தது.

எங்கள் பணி முடிந்துவிட்டது. நாங்கள் புறப்பட ஆயத்தமானோம்.

"கொஞ்சம் பொறுங்க." உட்கதவைத் தள்ளிக்கொண்டு வீட்டுக்குள் சென்றார்.

பொறுத்திருந்தோம். அவரது மனைவியாக இருக்கலாம். வந்து, கதவை இன்னும் சற்று நீக்கி எங்களைப் பார்த்துவிட்டுப் போனார். எங்களுக்குத் தேனீர் கொடுக்குமாறு கூறியிருப்பார்போலும் என ஊகித்தேன்.

பக்கத்திலிருந்த மகன் என் கையைச் சுரண்டி கண்களால் சமிக்ஞை காட்டினான். உள்ளே அவர் பையைத் திறந்து காசைக் கையிலெடுப்பது கதவு இடுக்கினூடு தெரிந்தது. "எங்களுக்குச் சன்மானம் தரப்போகிறாரோ ..!"

"வேணாம் என்று சொல்லுங்க அப்பா." என்றான் மகன்

"சரி அப்பன்! அவர் வெளியில வரட்டும் சொல்லலாம்."

பார்த்துக்கொண்டு இருந்தோம். கைச்சுறுக்காகக் காசை எண்ணி எடுத்தபின் வெளியே வந்து, "சரி... போயிற்று வாங்க." என விடை தந்தார்.

எழுந்து வெளியேறினோம். மகனது மனம் வெந்து வெடித்தது. "பாத்தீங்களா அப்பா... நம்பிக்கை இல்லாமல் காசை எண்ணிப் பாத்திருக்கிறார்!"

எதுவரை இணைய இதழ் டிசம்பர் 2012.

           சுதாராஜ்

பிறழ்வு

அவள் அங்கு எப்போது வந்தாள் என்பது யாருக்கும் தெரியாது. எப்படி வந்தாள் என்றும் தெரியாது. தானாகவே வந்தாளா அல்லது யாராவது கொண்டுவந்து சேர்த்துவிட்டார்களா என்பதும் தெரியவில்லை. அவள் எந்தப் பிரதேசத்தைச் சேர்ந்தவள், எதற்காக அங்கு வந்துசேர்ந்தாள் என்றுகூட யாரும் அறிய முற்பட்டதில்லை.

அங்கு நிர்மாணிக்கப்படும் அந்தப் பெரிய கட்டடத்தொகுதியை ஒட்டியே அவளது குடிமனை இருந்தது. கட்டுமானத்திற் பணிபுரியும் பல தொழிலாளர்கள் மதியச் சாப்பாட்டிற்காக அங்குதான் வருவார்கள். அவள் முகம் சுளிக்காது எல்லோருக்கும் சமைத்துப் போடுவாள். மதியச் சாப்பாடு மட்டும்தான் அவள் தருகிறாளா அல்லது இரவுப் போசனமும் கொள்ளமுடியுமா என்பதற்கும் சரியான விளக்கம் இல்லை. அதை அவள் ஒரு சேவையாகக் கருதிச் செய்கிறாளா அல்லது தன் ஜீவனோபாயத்திற்காகவா என்பதும் தெளிவில்லாமலிருந்தது. அதுபற்றி யாரும் அலட்டிக்கொண்டதில்லை. சாப்பாடு கிடைக்கிறது. அதைவிட நமக்கு வேறு என்ன வேண்டும்?

அந்தக் கட்டுமானப்பணிகள் எப்போது தொடங்கின என்று தெரியவில்லை. அது இனி எப்போது முடிவுறும் என்பதையும் ஊகிக்க முடியாதிருந்தது. அங்கு எண்ணற்ற தொகையினர் பணி புரிந்தார்கள். சிலரது பணிக்காலம் முடிந்து விலகிப் போவதும், புதியவர்கள் வந்து சேர்வதும் நடைமுறையிலிருந்தது. வேலையில்

ஈடுபட்டிருக்கும்போதே சிலர் இறந்தும்போயிருக்கிறார்கள். இறப்பதற்கு ஒரு காரணமா தேவைப்படுகிறது? விபத்துக்கள் நேரலாம் அல்லது கொல்லப்படலாம். அதெல்லாம் சகஜமான சங்கதிதானே?

அங்கு இளைஞனொருவன் புதிதாக வந்துசேர்ந்தான். மேற்பார்வையாளனாகவோ பொறியியலாளனாகவோ ஒரு பதவிக்கு நியமனம்பெற்று வந்திருந்தான். பெரிய பதவிக்கு வந்தவன் உயர்மட்ட செல்வாக்கு உள்ளவனாகத்தானிருப்பான் என ஏனையவர்கள் கருதினார்கள். அதனால் அவனுக்குக் கீழ்ப்படிந்து மரியாதை செய்வதற்குத் தங்களுக்குள் போட்டி போட்டார்கள். தன்னை யாரென்று அறியாத அவர்களது செய்கை அவனுக்கு அவர்கள்மீது அனுதாபத்தை ஏற்படுத்தியது.

சில நாட்களாக அவனுக்குச் சாப்பாடு கிடைக்கவில்லை. இன்னும் அவனுக்குப் புதிய இடம் பிடிபடாமலிருந்தது. சாப்பாடு கிடைக்கக்கூடிய ஓரிடம் தேடி அவன் சில வேளைகளில் அலைந்து திரிந்தான். அது அங்கு யாருக்கும் தெரிந்திருக்கவில்லை. எத்தனை நாட்களுக்குத்தான் ஒருவனால் பட்டினி கிடக்கமுடியும்? அவன் சோர்ந்துபோனான். அது தெரியவந்ததும் சிலர் துடித்துப் போனார்கள். அவனை அழைத்துச்சென்று அவளை அறிமுகம் செய்துவைத்தார்கள். பெண்களென்றால் ஏற்கனவே அவன் கூச்ச சுபாவமுள்ளவன். அதனால் வற்புறுத்தலாகத்தான் அவனைக் கொண்டுவர முடிந்தது.

கூச்சத்தைப் பார்த்து சாப்பாட்டை விடமுடியுமா? பழகப் பழகக் கூச்சம் விடுபட்டுப்போனது. அவனுக்கு அவளுடன் இன்னுமின்னும் நெருக்கம் ஏற்பட்டது. அக்கா அக்கா என மிக அன்னியோன்யமாக உறவு கொண்டாடினான். சாப்பாட்டு நேரம் மட்டுமின்றி வேறு வேளைகளிலும் அங்கு வந்துபோகத் தொடங்கினான்.

அந்தச் சின்ன வீடு அவளுக்கு வசதியற்றதாயிருப்பதான மனக்குறை அவனுக்குத் தோன்றிக்கொண்டேயிருந்தது. அது அவளுக்குச் சொந்தமான வீடா அல்லது வாடகைக்குக் குடியிருக்கிறாளா எனவும் தெரியாமலிருந்தது. சாப்பிட வருகின்ற சிலர் கடன் சொல்லிப் போவதையும் கவனித்திருக்கிறான். அப்படிக் கடன் கொடுத்துக்கொண்டே சீவிப்பவளுக்கு எப்படி ஒரு வீட்டுக்குச் சொந்தமாவது சாத்தியமாகும்?

அந்தக் குறுகிய இடத்திலிருந்துகொண்டு எப்படி அவ்வளவு பேருக்கும் சமைத்துப்போடும் வல்லமையைக் கொண்டிருக்கிறாள் எனத் தன் மனதுக்குள்ளேயே வியந்தான். சமையலுக்கான

பாத்திரபண்டங்களையோ தட்டுமுட்டுச் சாமான்களையோ எங்கும் காணக்கிடைக்கவில்லை. சமையல் தயாராகும்போது பாத்திரபண்டங்கள் எங்கிருந்து வருகின்றன என்றே தெரியவில்லை. அவை பிறகு எங்கே சென்று மறைகின்றன? உள்ளே களஞ்சிய அறைபோல ஏதோ ஒன்று இருக்கக்கூடுமோ? உள்ளே போகமுடியுமானாற் கண்டுகொள்ளலாம். சமையல் சாப்பாட்டை எந்த அடுப்பிலிட்டுக் கொதிக்கவைக்கிறாள் என்பதும் புதிராயிருந்தது.

அவள் தனி ஆளா அல்லது கூட யாரும் இருக்கிறார்களா என்ற கேள்விகளும் அவனுக்குள் தோன்றின. அவளது புருஷன் எங்கே இருப்பான்? இதையெல்லாம் அவளிடம் கேட்கும் தைரியம் அவனுக்கு இல்லை. அது அவளுக்குக் கோபமூட்டும் கேள்வியாயிருக்கலாம். அப்படியான நிலைமை ஏற்பட்டு அவளது உறவைக் கெடுத்துக்கொள்ளவும் அவனுக்கு விருப்பமில்லை. எனினும் அவள் யார்? அவளைச் சேர்ந்தவர்கள் யார் என்றெல் லாம் மனது கிளர்ந்த வண்ணமே இருந்தது.

'உனக்கு யாரும் உறவுக்காரர்கள் இல்லையா? தனியாகவா இங்கே இருக்கிறாய்?'

அந்தக் கேள்வி இயல்பாகவே ஓர் உந்துதலில் வெளிப்பட்டு விட்டது. கேட்டபிறகுதான் உறைத்தது. தனது தனிப்பட்ட விட யாங்களில் தலையிடுகிறானென அவள் கோபமடையக்கூடும்.

'இருந்தார்கள் ... செத்துப்போய்விட்டார்கள். நான் தனியாகத்தான் இருக்கிறேன்.'

'செத்துப்போய்விட்டார்களா?'

'யுத்தத்தில் மக்கள் கொல்லப்படுவது சாதாரண விஷயம்தானே.'

அதை அவள் மிகச் சாதாரணமாகக் கூறினாள். அவள்மீது அவனுக்கு இரக்கம் சுரந்தது. தனது சொந்த பந்தங்களை இழந்துதான் அவள் யுத்தப்பிரதேசத்திலிருந்து இங்கு வந்திருக்கிறாள். அவளது புருஷனும் அங்கே இறந்திருக்கக்கூடும். தனிமைப்பட்டுப்போயிருக்கும் அவளுக்குத் தன்னாலான உதவிகளைச் செய்துகொடுப்பதுதான் நியாயம். முதல் அலுவலாக வசதிகள் குறைந்த அவளது சிறிய குடிமனையை செப்பனிட்டுக் கொடுக்கலாம்.

'உள்ளே வீட்டைப் பார்க்கலாமா..?'

'பாரேன்.' கதவைத் திறந்துவிட்டாள்.

ஒரு சிறிய அறை. அது அவளது படுக்கையறை. ஒரே ஒரு சிறிய கட்டில். ஒரே ஒருத்திக்கு ஒரேயொரு கட்டில் மட்டுமே உள்ளதில் ஏதும் புதுமை இல்லைத்தான். ஆனால் அது இவ்வளவு சிறிதாயிருக்கவேண்டுமா? அவளது உடலளவுகளை மனக்கண்ணிற் கொண்டுவந்து கட்டிலின் அளவுடன் ஒப்பிட்டுப் பார்த்தான். ஒத்துவரவில்லை. கால்களைக் குறண்டிக்கொண்டு படுப்பாளோ?

கட்டிலை வடிவமைத்தவர்கள் மிகத் திட்டமிட்டுத்தான் அந்த வேலையைச் செய்திருக்கிறார்கள். இந்தப் படுக்கையை வேறு யாரும் பகிர்ந்துகொள்ளக்கூடாது என்பதில் அக்கறையா யிருந்திருக்கிறார்கள்.

அல்லது அவளாகவே அப்படியொரு கட்டிலைத் தேடி வாங்கியிருக்கக்கூடுமோ? மனிதர்களிடம் அவதானமாயிருக்க வேண்டும் என்ற எச்சரிக்கையுணர்வு, பெண் என்ற ரீதியில் இயல்பாகவே அவளுக்கு ஏற்பட்டிருக்கலாம். ஒரே ஒருத்தி படுப்பதற்கு எதற்காக டபிள் பெட் என, அவளது நடத்தை பற்றிய வீண் கதைகளையெல்லாம் சோடிப்பவர்களிடமிருந்து தப்பிக்கவேண்டுமே!

'இந்தக் கட்டில் உனக்குப் போதுமா? எப்படி இதிலே படுத்துக்கொள்கிறாய்?'

'படு... படு..! படுத்துப்பார்..!'

அவள் சிறுபிள்ளையைப்போல கைகளைத் தட்டியவாறு துள்ளல் போட்டாள். அந்தக் குரல் ஒரு பெண்ணின் குரலைப்போல இல்லாமல் குயிலின் கூவலைப்போலிருந்தது.

கட்டிலில் நல்ல பஞ்சணை இல்லை. அழுக்கூறிய தலையணையொன்று கிடந்தது.

அவன் அந்தப் படுக்கையில் மெல்லச் சாய்ந்தான்.

தலையணையின் அழுக்கு நாற்றமடிக்குமோ எனும் மனச்சுளிப்புடன்தான் படுத்தான். ஆனால் ஒருவித நறுமணம் நாசியிற் பரவியது. அந்த வாசைன எங்கிருந்து வருகிறது என அவனுக்கு வியப்பாயிருந்தது. பெண்களின் கூந்தலுக்கு ஏதோ நறுமணம் உள்ளது என்று கூறுகிறார்களே, அது இதுதானோ?

படுக்கைக்கு நேரெதிரே சுவரில் ஒரு செங்கல் அளவில் துளையொன்று தென்பட்டது. வீட்டைக் கட்டும்போது உயரக் கூரைவேலைகள் செய்வதற்காக குறுக்குச் சிலாகை போடுவதற்கு விலக்கப்பட்ட கல்லாக இருக்கலாம். பின்னர் அதை நிரவாமலே விட்டுவிட்டார்கள். அது சரியில்லாத

சுதாராஜ்

வேலையென்றே அவனுக்குப் பட்டது. உள்ளே நோட்டமிடும் உள்நோக்கம் அவர்களுக்கு இருந்திருக்கிறது.

'சுவரிலே ஒட்டையொன்று உள்ளதே யாராவது உள்ளே பார்க்க வாய்ப்பாயிருக்குமே?'

'அதற்காகத்தான். அப்படிக் கண்காணிப்பதற்காகத்தான் அந்த ஏற்பாட்டைச் செய்திருப்பார்கள்.'

'கண்காணிப்பதற்கா ... எதற்கு?'

'யுத்தப்பிரதேசத்திலிருந்து வந்தவள்மீது அவர்களுக்குச் சந்தேகம் விட்டுப்போகுமா?'

அப்போது சொல்லிவைத்ததுபோல அவன் கட்டிலிற் படுத்திருப்பதை அந்தத் துளையினூடு ஒரு கண் பார்த்தது.

'ஐயையோ அவர்கள் பார்க்கிறார்கள்,' என அவன் சத்தமிட்டான்.

அவர்கள் தன்னைப்பற்றி வேவு பார்த்து தகவல்களைச் சேகரிக்கும் சங்கதி அவனுக்கு ஏற்கனவே ஓரளவுக்குத் தெரிந்திருந்தது. இப்போது அது இன்னும் ஊர்ஜிதமாகியது.

எழவிடாத சுகானுபவத்தைத் தந்துகொண்டிருந்த படுக்கை ஒரு துர்நிலைமையை ஏற்படுத்திவிட்டதே என்ற கலக்கத்து ள் எழுந்தான். அப்போதுதான் திறந்துகொண்ட ஜன்னற் கதவுபோல மறுபக்கச் சுவரில் ஒரு வெளி தென்பட்டது. அது கதவில்லாத ஜன்னல்போலவும் அல்லது இன்னும் ஜன்னல் பொருத்தப்படாத சுவர்போலவுமிருந்தது.

'இது உனக்குப் பயமாக இல்லையா ..?'

'என்ன பயம்?'

'யாராவது உள்ளே வரக்கூடுமே ..?'

'யார் வருவாங்க வரட்டுமே பார்க்கலாம்.'

அவளது பேச்சு அவனுக்கு ஆச்சரியமூட்டுவதாயிருந்தது. இவ்வாறானதொரு பாதுகாப்பற்ற இடத்தில் தனிமையாக இருக்கும் தைரியம் தனக்கென்றால் வரவே வராது என நினைத்தான். மவளே ... உனக்கு அவ்வளவு துணிச்சலா?

அவளைப் பயமுறுத்திப் பார்க்க வேண்டும்போல அவனுக்கு வேடிக்கையுணர்வு தோன்றியது. 'தனிமையாக இருக்கும் பெண்ணைத் தேடி இரவில் பேய் பிசாசுகள் வரக்கூடுமே?'

'நானே ஒரு பிசாசுதானே.'

'பிசாசா?' சட்டென அவன் உடல் புல்லரித்து சிறு நடுக்கத்துக்குள்ளானான். கலைந்த கூந்தலுடனான அவளது வசீகரிக்கும் கோலம் கண்களைக் கூசியது.

பிசாசுகள் இவ்வளவு அழகாயிருக்குமா?

பொதுவாக மோகினிப்பிசாசுகள் அழகாயிருக்கும் என்ற அபிப்பிராயம் அவனுக்கும் உண்டு. இது ஒரு மோகினிப்பிசாசாக இருக்குமோ?

பிசாசுகளை அஃர்திணையிலா உயர்திணையிலா விழிப்பது என்றும் தெரியவில்லை. தவறுதலாக ஏதாவது பேசி, அது வேறு வில்லங்கத்தில் கொண்டுபோய் விடப்போகிறது.

'அக்கா நீங்கள் விளையாட்டுக்குத்தானே அப்பிடிச் சொன்னீங்கள்? பேய் அது இது என்று சொல்லி சும்மா என்னைப் பயமுறுத்தத்தானே பார்க்கிறீங்கள்?'

'ஏன் தம்பி அது உண்மையாயிருக்கக்கூடாதா? யுத்தத்தில் கொல்லப்பட்டவர்களுக்கெல்லாம் வேறு போக்கிடம் ஏது?'

இது நல்லதுக்கல்ல, இந்த இடத்தைவிட்டு நழுவிவிடுவதுதான் உத்தமம் என்று அவனுக்குத் தோன்றியது.

பிறகு, சாப்பாட்டுக்குக்கூட அந்தப் பக்கம் வருவதை அவன் தவிர்த்துக்கொண்டான். அதற்கு வேறு காரணமும் இருந்தது. தொடர்ந்து வேவு பார்க்கும் அவர்கள் தன்னை ஏதாவது பொறிக்குள் விழுத்திவிட முனைகிறார்களோ என்பது பற்றிய பயம். அல்லது அப்படியொரு பயத்தை உண்டாக்கிக் குழப்ப அவர்கள் முயற்சித்துக்கொண்டிருக்கிறார்கள். அங்கு நடக்கும் தில்லுமுல்லுகளையும் ஊழல்களையும் அவன் கண்டுகொள்ளக்கூடாதாம். அதுபற்றி வெளியே பேசக்கூடாதாம். அந்தப் பயம் இருக்கணும்.

அப்படிக் கண்களை மூடிக்கொண்டு வாழ்வது அவனுக்குச் சாத்தியப்படாமற்தான் இருந்தது. அநியாயங்களைக் கண்டுகொள்ளாது தானுண்டு தன் பாடுண்டு என்று எப்படியாவது வாழ்ந்துவிட்டுப் போகிறவர்களைப்போல, இனித் தானும் இருக்கவேண்டியதுதான் என எண்ணிக்கொண்டான். போதும். ஆளை விடுங்கடா சாமி.

ஆனால் அவள் அவனை விடவில்லை. அவனைத் தேடித்தேடி வரத் தொடங்கினாள். மாலை நேரங்களில் சந்தித்துக்கொள்வது வழக்கமாகியது. அவர்களிடம் அவன் எச்சரிக்கையாயிருக்க வேண்டுமென அவள் அறிவுறுத்தவும் செய்தாள்.

அவனும் தனது உயிர் பற்றிய அவதானத்துடன்தான் நாட்களைக் கடந்துகொண்டிருந்தான். எனினும் ஒருநாள் மேற்தட்டில் வேலையாக நின்றபோது அந்த சம்பவம் நடந்தது. தெரியாத ஒருவன் அப்போது ஏணியொன்றைக் கொண்டுவந்து சுவரில் சாற்றி வைத்துவிட்டு அந்தப் பக்கமும் இந்தப் பக்கமும் நோட்டம் பார்த்தான். இவனுக்கு இங்கே என்ன வேலை என எண்ணிக்கொண்டிருக்கையில், ஏணியில் ஏறி மேலே வந்தான். தனது காலைப் பிடித்து இழுத்துவிடத்தான் வருகிறானோ என உள்ளுணர்வு தட்டியது. தப்பிக்க வழியில்லாத அரும்பொட்டான இடம் அது. ஏறுபவன் கிட்டத்தட்ட மேற்தட்டை எட்டும் தறுவாயில் ஏணி சமநிலை இழந்து சரிவது தெரிந்தது. விழுந்து தொலையப்போகிறானே என அவன் சட்டெனப் பாய்ந்து ஏணியைப் பிடித்துக்கொள்ள முற்பட்டான். ஆனால் பிடிபடமுதலே ஏணி தடாலென தரையில் விழுந்தது. ஏறி வந்தவன் முகம் குப்புறச் சப்பளிந்துபோய்க் கிடந்தான்.

அவசரத்துக்கு இறங்கமுடியாத இடத்தில் நின்ற அவன் பதகளித்துப்போனான். இறங்கி ஓடிப்போக நேரம் பிடித்தது. விழுந்து கிடந்தவனைப் புரட்டிப் பார்த்தால் மூக்கும் முகமும் உடைந்து இரத்தம் பெருகியது. கடுமையான கொங்கிரீட் தரையில் அந்தமாதிரி விழுந்தவன் செத்துத்தான்போயிருப்பான் என்று நினைத்தால், மீள உயிர் பெற்றவன்போலப் பேசத் தொடங்கினான்.

'என்ன... என்னைத் தள்ளிவிட்டுக் கொல்லப் பார்க்கிறாயா?'

என்னடா இது, உதவி செய்யப்போனாலும் வீண்பழி. ஒதுங்கிப் போனாலும் விடறாங்க இல்லியே என ஒருவித அச்சம் அவனைக் கலக்கியது. அவள் வந்து அவனுக்கு ஆறுதல் கூறினாள். ஏற்கனவே அவளை அந்தச் செய்தி எட்டியிருந்தது. 'உன்ன முடிக்கிறதுக்குத்தான் பார்க்கிறாங்க கவனமாயிரு.'

சுகமான தூக்கத்துக்குரிய இரவுகள் அவனிடமிருந்து பறிபோயின. ஒவ்வொரு இரவுகளும் பயமுறுத்தும் சமிக்ஞைகளைத் தந்துகொண்டிருக்கின்றன. தூக்கம் ஆழ்த்தும் வேளைகளில் கதவைத் தட்டும் சத்தம் உறக்கத்தைக் கெடுக்கிறது. எழுந்து கதவைத் திறந்தால் துவக்குடன் நிற்பார்களோ என்ற பயம். தொலைபேசி ஓயாது ஒலித்து அழைக்கிறது. திடுதிப்பென எழுந்து கையிலெடுத்தால் ஓய்ந்துபோகிறது. யாரோ வெளியே குரல் கொடுத்து அழைக்கவும் செய்கிறார்கள். அது அவளது குரலல்லவா? தூரத்தில் ஒலிக்கும் குயிலின் கூவல்! தனக்கு ஆபத்து நேரப்போகும் தருணங்களில் பாதுகாப்பதற்காக அவள் வந்துவிடுகிறாளோ?

கனவும் விழிப்பும் கனவுமாகக் கலையும் இரவுகள். வேலை செய்யுமிடம் நாளுக்குநாள் வேறுவேறு தோற்றங்களைக் கொள்கிறது. மாடித் தட்டுக்களில் ஏறும்போது தடுக்கிவிழுவதுபோல தடுமாற்றம் ஏற்படுகிறது. நடக்கமுடியாது விழுத்தும் பொறிகளைக் கொண்டிருக்கும் படிகள். கால்களை எங்கே எப்படிப் பதிப்பது என்றும் குழப்பமாயிருக்கிறது. ஒவ்வொரு தட்டுகளாக ஏறிஏறி மேலே போனான். அது எத்தனையாவது மாடி என்றும் நினைவில்லை. ஒருவனைக் கட்டிப்போட்டுக் கதறக்கதற சவுக்கினால் விளாசிக்கொண்டிருந்தார்கள். 'என்ன இது' என்று கேட்டால், 'விசாரணை' என்றார்கள். யார்மேலாவது சந்தேகம் ஏற்பட்டால் இந்தக் கதிதானாம் அல்லது இந்த உயரத்திலிருந்தே போட்டுத் தள்ளிவிடுவார்களாம்.

திறந்துகொண்ட ஜன்னற் கதவுபோல சுவரில் ஒரு வெளி இங்கேயும் தென்பட்டது. அது கதவில்லாத ஜன்னல்போலவும் அல்லது இன்னும் ஜன்னல் பொருத்தப்படாத சுவர்போலவு மிருந்தது. அதனூடு அவன் வெளியே எட்டிப் பார்த்தான். எவ்வளவு உயரத்திலிருந்து விழவேண்டி வரும்?

அந்தப் பக்கம் பலநூறாண்டுகள் முற்பட்ட காலத்துக் கோட்டையொன்று எரிந்துகொண்டிருந்தது. சாம்பல் நிறத்திலான குதிரைகள் அந்த நெருப்பில் கால்களை உதறியபடி உயிர் விட்டுக்கொண்டிருந்தன. அவை இயல்பாகவே சாம்பல் நிறம் கொண்டவையா அல்லது தீச் சுவாலையில் பொசுங்கி அந்த நிறத்தை அடைந்தனவா என்றும் தெரியவில்லை. முடிகளும் கேடயங்களும் கொண்ட மனிதர்களும் தீயில் வெந்து மடிந்துகொண்டிருந்தார்கள்.

அவனுக்கு எல்லாம் பட்டெனத் தெளிவானது. இதே இடம்தான். தண்டனை கொடுத்த மன்னவர்களும் இப்போது இல்லை. தண்டனை பெற்ற அப்பாவிகளும் இப்போது இல்லை. அந்தக் கோட்டை இருந்த தடயமே இப்போது இல்லை. இப்போது அதே இடத்தில் இந்தக் கட்டடம் எழுந்து கொண்டிருக்கிறது. இன்னொரு காலத்தில் இதன் தடயங்களும் இதை அரசோச்சுபவர்களும் அற்றுப்போகலாம்.

சவுக்கடிபடுபவனின் உயிரடங்கும் அவலக்குரல் அந்த விடியப்புற நேரத்திலும் கேட்டுக்கொண்டிருந்தது. இனிமேலும் தாமதிக்காது இங்கிருந்து நீங்கிவிட நினைத்தான். நீங்குவதானால் நெடுந்தூரம் நடக்கவேண்டியிருந்தது.

காலகாலமாகப் பெய்த மழையில் புதைகுழிகளை மூடிய மண்திட்டிகள் கரைந்துபோயிருந்தன. நடக்கும்போது மனித

 சுதாராஜ்

எலும்புகளும் மண்டையோட்டுத் துண்டுகளும் கால்களில் இடறின. எதிர்ப்பட்டவர்கள் அறிமுகமற்றவர்களாயிருந்தார்கள். ஊரே மாறிப்போயிருந்தது. பாஷை புரியாத மனிதர்கள் ஆயுதங்கள் ஏந்தியபடி அந்த இடங்களையெல்லாம் ஆக்கிரமித்திருந்தார்கள். ஆனால் அவனது வீடு மட்டும் மாறாமலிருந்தது. எப்போதோ இறந்துபோன அம்மா அங்கே நின்றிருந்தாள். அப்போதுதான் பதுங்கு குழியிலிருந்து வெளியேறி வந்தவள்போல புழுதி படிந்த கோலத்துடன் நின்றாள். அவன் தன் சிறுபராயத்தவனாக மாறிப்போயிருந்தான்.

அவன் ஓடி விளையாடிய அந்த இடமும் மரம் செடிகளும் குதூகலமூட்டின. யுத்தமும் குண்டுகளும் அந்த இடத்தை ஏதும் துவம்சம் செய்யாத அதிசயம் நிகழ்ந்திருந்தது. மாரி மழையில் வீட்டுக் கிணறு நிறைந்துபோயிருந்தது. கடலொன்று அங்கு வந்து நிரம்பியதுபோல கிணற்றுநீர் நீலநிறம் கொண்டிருந்தது. அது நீல நிறமா அல்லது கழிவுகளின் கருநிறமா எனக் குழப்பமாயிருந்தது. அங்கிருந்தவர்கள் அதுபற்றிக் காலகாலமாக விவாதங்கள் செய்துகொண்டிருந்தார்கள். அவனுக்கு கிணற்றில் தண்ணீரள்ளிக் குளிக்க வேண்டும் போலிருந்தது. அதற்குத் துலாவும் கயிறும் தேவைப்படாது. தண்ணீர் முட்டிய கிணற்றில், நின்ற நிலையில் ஒரு வாளியால் அள்ளிக் குளிக்கலாம். அது ஒரு விளையாட்டு.

'கவனம் அப்பு,' என அம்மாவின் குரல் கேட்டது.

அம்மா எப்போதும் அப்படித்தான். கண்ணுக்குக் கண்ணாகத்தான் அவனைக் காத்து வளர்த்தாள்.

'அம்மா நானும் இறந்துவிட்டேனா?' அந்தக் கேள்வியை அவன் அம்மாவிடம் கேட்டானா அல்லது அப்படிக் கேட்க நினைத்தானா என்றும் தெரியவில்லை.

அதற்கு அம்மாவிடமிருந்து பதிலுமில்லை.

நாளாக ஆக, அவன் காணாமல் போய்விட்டான் என்ற கதை பரவத் தொடங்கியிருந்தது.

எதுவரை இணைய இதழ் மார்ச் 2013

காட்டிலிருந்து வந்தவன்

கேட்டுக்கேள்வியில்லாமல் கேற்றைத் திறந்து கொண்டு உள்ளே வந்தான். அப்போது நான் வீட்டின் முன் விறாந்தையிலிருந்தேன். மதியச் சாப்பாட்டின் பின்னர் சற்று ஓய்வாக சாய்வுக் கதிரையில் அமர்வது வழக்கம். அதை ஓய்வு என்றும் சொல்ல முடியாது. யோசனை ... கவிழ்ந்துகொண்டிருக்கும் கப்பலை எப்படி மீட்டெடுப்பது என்ற யோசனை..!

யோசனை தடைப்பட, வருபவன் யாராக இருக்கும் என்று எண்ணம் ஓடியது. முன்பின் அறிமுகமானவன்போலத் தெரியவில்லை. மெலிந்த தேகம். கறுப்பு பாண்ட்டும் வெள்ளை சேர்ட்டும் அணிந்திருந்தான். யாராவது சலுகை விலையில் பொருட்களை விற்பவர்களாக இருக்குமோ? ஆனால் அவனது கையில் ஏதும் பொருட்களு மில்லை. களுத்துப்பட்டியுமில்லை. நடையில் ஒரு அவசரம் தெரிந்தது. விறுவிறுவென வந்தான். பார்த்துக்கொண்டிருக்கும்போதே வீட்டுக்குள்ளும் நுழைந்தான்.

நானுண்டு என் பாடுண்டு என்றிருந்த என்னைப் பார்த்து உறுக்குவதுபோலக் கேட்டான் ...

"நீங்கதானே சுந்தரபாண்டியன்?" (அதுதான் எனது பெயர்)

ஒருவேளை ஊரிலிருந்து வருகிற யாராகவோ இருக்கலாம். இப்படி வருகிற யாரிடமாவது அம்மா கடிதமோ கற்கண்டோ கொடுத்துவிடுவாள். ஒரே ஒரு

கடிதத்தைத் தருவதற்காக இவ்வளவு துரம் வந்தவனுக்குக் கோபம் ஏற்படுவது இயல்புதான். பயணக் களைப்பாயிருக்கும். அதுதான் எரிந்து விழுகிறான். நான் அவனைச் சமாதானப்படுத்தினேன்.

"அவசரப்படாமல் இதிலை இருங்கோ தம்பி. (இருக்கையைக் காட்டியவாறே) மத்தியானம் சாப்பிட்டிட்டீங்களோ ?"

ஆளுக்குப் பசிபோலிருக்கிறது. எரிச்சலுக்கு அதுவும் ஒரு காரணம்தான். அவனது முகத் தோற்றமே அதைக் காட்டியது. எனினும் அவனுக்குச் சாப்பாடு போடும் உத்தேசம் எனக்கு இல்லை ! சும்மா அப்படிக் கேட்டு அவனது சூட்டைக் கொஞ்சம் குறைக்கலாமே என்ற நோக்கம்தான்.

"நான் இங்க சாப்பிட வரயில்ல", வெடித்துப் பேசினான்.

"தம்பி, நீங்கள் ஆர் ? எனக்குத் தெரியயில்ல. எங்கயிருந்து வாறீங்கள் ?

"காட்டிலையிருந்து."

ஒரு நிலையிலின்றி அந்தச் சுவருக்கும் இந்தச் சுவருக்கும் இடையில் வீச்சாக நடந்தான். கைத் தொலைபேசியை எடுத்து அதே விசையில் இலக்கங்களை அழுத்தினான்.

"சரி ... ஸ்பொட்டுக்கு வந்தாச்சு. ஆள் இருக்கிறார்."

அந்தப் பதில் என்னைச் சட்டெனக் கதிரையிலிருந்து எழுப்பியது.

பொக்கட்டிலிருந்து ஒரு அட்டையை எடுத்து அதிலிருந்த இலச்சினையைக் காட்டித் தன்னை அடையாளப்படுத்தினான். என்னையும் ஒரு கண்ணால் பார்த்துக்கொண்டு தொலைபேசியில் இன்னும் சிலரை எடுத்து, ஸ்பொட் அது இது என்று தகவல்கள் சொன்னான். உண்மையில் அப்படி யாருடனும் பேசுகிறானா அல்லது என்னை மிரட்டுகிற முயற்சியா என ஒரு கணம் யோசித்தேன். அந்த யோசனை நீடிக்கமுதலே அவனது கையில் ஒரு கையடக்கத் துப்பாக்கி ! கண் இமைக்கும் நேரத்தில் தனது பொக்கட்டினுள்ளோ, சேர்ட் மறைவிலோ இருந்து அதை எப்படி எடுத்தான் ?

அது ஒரு மந்திரவித்தை போலிருந்தது. சரியாகத் தெரியமுதலே என்னை ஒரு உலுக்கு உலுக்கிவிட்டு அவனது மறுகைக்கு மாறி மறைவிடத்துக்குப் போனது.

நான் கொஞ்சம் தடுமாரித்தான் போனேன். எனினும் அதைப் பெரிதுபடுத்தாமல், சிறிய துப்பாக்கிதானே.

ஒருவேளை பொய்த் துப்பாக்கியாகவோ விளையாட்டுத் துப்பாக்கியாகவோ இருக்கலாம். என்ன செய்துவிடப்போகிறது என்ற அசட்டுத்துணிவுடன் ...

"தம்பி அவசரப்படாமல் இதிலை இருங்கோ," என இருக்கையை அவனுக்கு அண்மையாக இழுத்துவைத்தேன்.

"நான் இங்க இருக்கிறதுக்கு வரயில்ல. வெளிக்கிடுங்க இப்ப. வெளியில வான் நிக்குது. உங்களைக் கொண்டுபோக வந்திருக்கிறம்."

உள்ளே இரத்த ஓட்டம் ஒருமுறை நின்றுவிட்டது போன்ற உணர்வில் அதிர்ந்தேன். எனினும் நிதானிக்க முயன்றேன்.

"என்ன விஷயம்? சொல்லுங்கோ."

"பல தடவை உங்களுக்குக் கடிதம் போட்டிருக்கிறம். நீங்கள் வந்து சந்திக்கயில்ல. அதுதான் கொண்டுபோய் விசாரிக்க வேண்டியிருக்கு .. !"

ஒரு சடப்பொருளைத் தூக்கிக்கொண்டுபோக வந்தவன் போன்ற ஸ்டைலில் அவனது பதில் இருந்தது.

"எனக்கு அப்பிடி ஒரு கடிதமும் வரயில்ல. என்ன காரணம்? ஏன் நான் வரவேணும்?"

"அதையெல்லாம் அங்கை போய்ப் பேசலாம். இப்ப நீங்க வரப்போறீங்களா இல்லையா? இல்லையென்றால் பைஃபோசாகக் கொண்டுபோகவேண்டியிருக்கும்."

மீண்டும் ரெலிபோனை எடுத்துப் புரியும் பாஷையில் புரியாதமாதிரித் தகவல்கள் பேசிக்கொண்டிருந்தான். நான் வீட்டுக்குள் திரும்பிப் பார்த்தேன். மனைவியோ பிள்ளைகளோ கிட்ட நின்றால் இவன் பேசுவது அவர்கள் காதிலும் கேட்டுவிடக் கூடும். அதனால் அவர்களும் குழம்பிப்போய்விடுவார்களே எனக் கவலையாயிருந்தது.

அப்போது வீட்டுக்குள்ளிருந்து எனது தகப்பனாரின் செருமும் குரலும், நடந்துவரும் காலடிச் சத்தமும் கேட்டது. அவர் வயசானவரென்றாலும் கம்பீரமான மனுசன். இருமுவது செருமுவதுகூட நாலு வீடுகளுக்குக் கேட்கக்கூடியதாயிருக்கும். அதனால் அக்கம்பக்கத்து வீடுகள்கூட கொஞ்சம் அடக்கம். அப்படிப்பட்டவரின் குரல் அவனையும் அச்சுறுத்தியிருக்க வேண்டும். செருமல் சத்தம் கேட்டதும் அவனது கை சட்டென றிவோல்வரை இழுத்தது,

சுதாராஜ்

"தம்பி... தம்பி..! அது என்ர அப்பா. வயசானவர்... வருத்தக்காரன்." (அதனால் அவரை மன்னித்துவிடுங்கோ எனக் கேளாமல் கேட்டுக்கொண்டேன்) அப்பா வயசானவராகவும் வருத்தக்காரனாகவும் இருந்தது நல்லதாகப் போய்விட்டது. அவரை அவன் மன்னித்தருளினான்.

அப்பா இங்கிதம் தெரிந்தவர். வெளியில் காற்றோட்டமாக அமர்வதற்கு வந்தவர்...நான் யாருடனோ பேசிக்கொண்டிருப்பதைக் கண்டதும் திரும்பவும் உள்ளே போய்விட்டார். வீட்டில் யாரையும் குழப்பமடையச் செய்யாமல் இவனைச் சமாளிக்க வேண்டுமே என்ற கலக்கம் என் மனதை குழப்பிக்கொண்டிருந்தது. இவன் உண்மையில் யாராக இருக்கும் என்று உள்ளே மனம் கணக்குப் போட்டது. ஏதோ ஒரு இயக்கத்தைச் சேர்ந்தவனென்று அடையாளம் காட்டினான். அது உண்மையாகவும் இருக்கலாம். அல்லது வேறு யாராவது பணம் பறிக்கும் கோஷ்டியைச் சேர்ந்தவனாகவும் இருக்கலாம். அப்படியுமில்லாமல் மக்களின் உளவியலைக் குழப்புவதற்காக ஏற்பாடு செய்யப்பட்டு அனுப்பப்படும் குழுக்களைச் சேர்ந்தவனாகவும் இருக்கலாம். எப்படிப்பட்டவனாயிருந்தாலும் துப்பாக்கி வைத்திருக்கும் ஆளைத் தந்திரமாகத்தான் கையாள வேண்டும்.

"தம்பி நானும் வருத்தக்காரன். நெஞ்சு நோவுக்குக் குளிசை எடுக்கிறனான். அங்க இங்க ஒரு இடமும் விரேலாது. உங்களுக்கு என்ன வேணும் சொல்லுங்கோ?" (வருத்தக்காரன் என்று சொன்னால் ஆள் மடங்கிவிடுவான் போலிருக்கு.)

"நாங்கள் கேட்டு எழுதின தொகை காசை நீங்கள் கொண்டு வந்து தரயில்ல. அதுதான் இப்ப வந்திருக்கிறம்."

"காசா? எவ்வளவு?"

"இருபது லட்சம்!"

நான் அப்படியே பொத்தெனக் கதிரையில் அமர்ந்தேன். வாய் மூடிக்கொண்டது. மூச்சை அதிகமாக உள்ளிருந்து மீண்டும் இயல்பு நிலைக்கு வர முயன்றேன். நான் ஏதும் பேசாதிருக்க அவன் தொடர்ந்து பேசிக்கொண்டிருந்தான்.

"உங்களைப்பற்றிய எல்லா விபரங்களும் எங்களுக்குத் தெரியும். உங்கட வருமானம் எவ்வளவு என்றும் தெரியும். புலனாய்வுமூலம் எல்லா விபரங்களும் எடுத்திருக்கிறம்."

வங்கியிலிருந்து கடிதம் வந்திருந்தது. அடகு வைத்திருந்த நகை நட்டுக்கள் காலம் கடந்தும் மீட்கப்படாமையால் ஏலம் விடப்போகிறார்களாம். அவற்றை மீட்பதற்குப் பணத்தைப் புரட்டும்

வழி தெரியாமல், அப்படியே ஏலம்போக விட்டுவிடலாமா? அந்த முடிவை எந்த முகத்தை வைத்துக்கொண்டு மனைவியிடம் சொல்வது என்றெல்லாம் எண்ணிக்கொண்டிருந்தேன். அப்போதுதான் இவன் வந்தான். இப்போது இவனுக்குத் தேவையான பணத்தை எங்கே புரட்டுவது?

"தம்பி, நீங்கள் நினைக்கிறமாதிரி நான் காசுக்காரனில்லை. என்ர பிரச்சனைகள் எனக்குத்தான் தெரியும்."

"உங்களுக்கு பிள்ளைகள் எத்தனைபேர் என்றும் தெரியும். அவை படிக்கப் போய்வாற இடங்கள் எல்லாம் எங்களுக்குத் தெரியும். சும்மா பேசி நேரத்தை மினக்கெடுத்தாமல் அங்க வந்து உங்கட பிரச்சனையைச் சொல்லுங்க. அதுதான் உங்கட பிள்ளையளுக்கும் பாதுகாப்பு."

அடுத்த அடி! எனக்குக் கொஞ்சநஞ்சமிருந்த மூச்சும் நின்றுவிடும் போலிருந்தது.

என் மனைவி ஓர் அப்பிராணி. என்னை யாராவது காணவோ சந்திக்கவோ வந்தால்... நான் அவர்களுடன் பேசிக் கொண்டிருக்கும்போது நல்ல வகையில் தேநீர் தயாரித்துக்கொண்டு வந்துவிடுவாள். விருந்தோம்பல்!

மனைவி அவ்வாறு தேநீர்த் தட்டுடன் வந்ததும் நான் அவசரப்பட்டு எழுந்து அவளிடமிருந்து அதை வாங்கினேன். "உள்ளுக்குப் போங்கோ... உள்ளுக்குப் போங்கோ," என கண் சமிக்ஞையில் தெரிவித்தேன். தேநீர்த்துட்டு உருக் கொண்டதுபோல என் கையில் படபடத்தது.

எனது வித்தியாசத்தை அவள் புரிந்திருக்க வேண்டும். "ஆராள் வந்திருக்கிறது?" என முகப்பாஷையில் கேட்டாள்.

"தெரிஞ்ச ஆள்த்தான். பிறகு சொல்லுறன் போங்கோ," என அதே பாஷையிற் தெரிவித்தேன்.

தேநீரைக் கொண்டுவந்து அவனிடம் நீட்டினேன்.

"வேண்டாம். இப்படிப் போற இடங்களிலை நாங்க ஒன்றும் குடிக்கிற பழக்கமில்ல."

"பரவாயில்லை குடியுங்கோ. அதிலை நஞ்சுகிஞ்சு ஒன்றும் போடயில்லை. வீட்டுக்கு வந்திருக்கிறீங்கள், நல்லாய்க் களைச்சுப் போயிருக்கிறீங்கள். முதலிலை ரீயைக் குடியுங்கோ."

புற்றினுள் இருக்கும் நச்சுப்பாம்புபோல அவனது பொக்கட்டினுள் இருக்கும் கைத்துப்பாக்கி எந்த நேரத்தில்

சீறிக்கொண்டு வருமோ என்ற எச்சரிக்கையுணர்வில் மிகவும் மரியாதையாகவே அவனிடத்தில் எனது நடவடிக்கைகளை மேற்கொண்டேன்.

அவன் தேநீரைத் தன் கையில் வாங்கிக்கொண்டு, நான் சொல்லாமலே இருக்கையில் அமர்ந்தான். உண்மையிலேயே பயல் களைத்துப்போயிருக்கிறான் போல்தான் தெரிந்தது. நானும் சந்தர்ப்பத்தைப் பயன்படுத்திக்கொண்டு அவனிடம் பேச்சுக் கொடுத்தேன். சில கருத்துக்களைக் கூறினேன். சில கேள்விகளைக் கேட்டேன். அவனும் அதற்கேற்றவாறு பேசினான்.

"என்ன ஐயா இப்பிடி நாங்கள் போற இடங்களிலை பயத்தில மூச்சே விடமாட்டாங்கள். நீங்க என்னென்டால் ஆற அமர்ந்திருந்து பேசிறீங்க?"

"பயந்து என்ன தம்பி செய்யிறது? வாழும்வரைக்கும் இப்பிடி எத்தினை பிரச்சனைகளை எதிர்கொள்ளவேண்டியிருக்கு. பார்க்கப்போனால் எல்லாம் உயிர் வாழிறத்துக்கான ஒருத்தரை ஒருத்தர் ஈவிரக்கமின்றி அழிக்கிற போராட்டம்தான்! எப்பவோ ஒருநாள் நானும் சாகத்தான்போறன் நீங்களும் சாகத்தான்போறீங்கள். அது இண்டைக்கு நடந்தாலென்ன? பிறகு நடந்தாலென்ன?"

ஒருவித எரிச்சலுடனும் விரக்தியுணர்வுடனும்தான் இவ்வாறு கூறினேன். என்றாலும் உள்ளே பயம் இருந்தது. கொடுப்பதற்கு என்னிடம் பணம் இல்லை. இவன் என்னைக் கொண்டுபோய்த் தட்டிவிட்டால்? என் பிள்ளைகளின் எதிர்காலம் அநாதரவாகப் போய்விடுமே. நானில்லாத நாட்களை எப்படி எதிர்கொள்வார்கள் ஆகவே எனது உயிரை எப்படியாவது தக்க வைத்துக்கொள்ள வேண்டும். அப்பனே, அப்படி என்னை ஓரக் கண்ணால் பார்க்காதே!

அவன் தொலைபேசியில் எனக்குக் கேட்காத தொனியிற் பேசிக்கொண்டிருந்தான்.

அவனுடன் சற்றுச் சமாதானமான முறையில் எனது கஷ்ட நஷ்டங்களை எடுத்துச் சொல்லிப் பார்த்தாலென்ன? சமாதானப் பேச்சுவார்த்தைகள் வெற்றியளிக்கிறதா, தோல்வியில் முடியுமா என்பது வேறு விடயம். அற்லீஸ்ட் முயன்றாவது பார்க்கலாமே?

"என்னைப்பற்றின விபரங்களைச் சேகரித்த உங்கட புலனாய்வுக்கு எனக்குத் தொழிலிலை ஏற்பட்ட நஷ்டங்கள் கடன் பிரச்சினைகளைப் பற்றித் தெரியவரயில்லையா?"

எனது இந்த எதிர்பாராத கேள்வியினால் சற்றும் மனம் தளராதிருந்த அவன் கொஞ்சம் தடுமாறினான். என்னையே பார்த்துக்கொண்டிருந்தான்.

"சும்மா கதை விடாதையுங்க ஐயா." – ஆழும் பார்த்தான்.

"அப்ப உங்கட புலனாய்வுக்குச் சரியான தகவல் கிடைக்கயில்ல. தம்பி. வெளியில கேட்டால் இந்த ஆளுக்கு என்ன குறை எண்டுதான் சொல்லுவாங்கள். என்ர கஷ்டங்களை நான் வெளிக் காட்டிறதில்லை. ஆனால் கடன் சுமையால நாளும் பொழுதும் நான் படுகிற வேதனை எனக்கு மட்டும்தான் தெரியும்."

ஒரு வேகத்தில் அல்லது கோபத்தில் நான் கூறிய வார்த்தைகள் என்னைக் கொஞ்சம் உணர்ச்சிவசப்படுத்தியது. கண்கள் பனித்தும் விட்டன. அதை அவன் கவனித்திருக்க வேண்டும்.

"இல்ல இல்ல. அது... அது எங்களுக்கு எல்லாம் தெரியும்... கடனா? எவ்வளவு?"

"தெரிஞ்சுகொண்டும்தானா இவ்வளவு தொகைக் காசு கேக்கிறீங்கள்? எனக்கு ஏற்கனவே அம்பது லச்சத்துக்கு மேல கடன் இருக்கு!"

இதைக் கூறிவிட்டு அவனது முகத்தைப் பார்த்தேன். அவன் மௌனமாயிருந்தான். சற்று நேரத்தின் பின் கேட்டான் "இவ்வளவு கடன் ஏறும் வரையும் என்ன செய்தனீங்க?"

நான் பதில் பேசாமலிருந்தேன். அதற்கு ஒரு காரணமா தேவைப்படுகிறது? பட்ட கடனைக் கட்ட வசதியில்லாவிட்டால் அது தன்பாட்டில் ஏறிக்கொண்டுபோகிறது!

எனது மகள் கையிற் புத்தகத்துடன் வெளியே வந்தாள். ரியூசனுக்குப் போகிறாள். அவளுக்கு இங்கு நடக்கும் கூத்துகள் ஒன்றும் தெரிந்திருக்கவில்லை. ஒரு பாவமும் அறியாமல் "போயிட்டு வாறன் அப்பா," என்றவாறே நடந்தாள். அது அவனுக்கும் கேட்டிருக்கும். மகள் வெளியேறும்வரை பேசாமற் பார்த்துக்கொண்டிருந்தான். பின்னர் ரெலிபோனை எடுத்து இலக்கங்களை அழுத்திக் காதில் வைத்தான்.

'ஐயையோ ... மகள் வெளியே போகிறாளே. இவன் வாகனத்துடன் நிற்கும் தனது கூட்டாளிகளுக்கு ஏதாவது தகவல் கொடுக்கிறானோ?'

சுதாராஜ்

அவசரப்பட்டு எழுந்து பிள்ளையை நிறுத்துவதற்கு முற்பட்டேன்.

"பதறாமல் இருங்க ஐயா, நான் வேற விஷயம் பேசிறன்."

மகளும் வெளியேறிப் போய்விட்டாள்.

எனக்கு இருக்கை கொள்ளவில்லை. இவன் சொல்வதை நம்பமுடியாது. எப்படியாவது மகளைப் போகாமற் தடுத்திருக்க வேண்டும். இப்போது பிள்ளைக்கு ஏதாவது ஆபத்து நேர்ந்துவிடுமோ என்ற பயம் மேலெழுந்து நெஞ்சை அழுத்தியது.

மேலும் நேரத்தைக் கடத்தக்கூடாது. இவனுக்கு ஏதாவது ஒரு தொகையைத் தருவதாகச் சம்மதித்துப் பிரச்சனைக்கு ஒரு முடிவு கட்டிவிடுவோம் என முடிவெடுத்தேன். காசை யாரிடமாவது மாறிக் கொடுக்கலாம்.

"தம்பி நீங்கள் கேட்ட தொகையைத் தரக்கூடிய நிலமையில நான் இல்ல. ஏதாவது கொஞ்சம் பார்த்துத் தாறன். பிரச்சனைப் படுத்தாதையுங்கோ."

"கொஞ்சக் காசென்றால் எவ்வளவு?"

"அதை நீங்கள்தான் சொல்லவேணும். என்ர நிலைமையை நான் சொல்லியிட்டன்."

அவனது தலை ஒரு பாவனையில் அசைந்தது. யோசிக்கிறான் போலிருக்கிறது. இறங்கி வருவானேனோ?

"அதைப்பற்றி நான் முடிவெடுக்கேலாது. மேலிடத்தில கேட்கவேணும். கொஞ்சம் பொறுங்க."

பொறுத்தேன்.

ரெலிபோனில் தொடர்பெடுத்தான்.

என்னுடனும் கதை கொடுத்து விசாரணை செய்துகொண்டு இடையிடையே தொலைபேசித் தொடர்புகளிலும் ஈடுபட்டான். தொழில் விபரங்கள், தொழிலில் நஷ்டம் ஏற்பட்டதற்கான காரண காரியங்கள் போன்ற விபரங்களை விடுத்துவிடுத்துக் கேட்டான். (ஏற்கனவே புலனாய்வில் எல்லா விபரங்களும் தெரியும் என்று சொன்னானே.) நானும் இந்தமாதிரி எனது கஷ்டநஷ்டங்களை யாருக்கும் எடுத்துச் சொன்னதில்லை. ஆனால் அந்த நிலைமையில் என்னையறியாமலேயே சொல்லப்பட்டுவிட்டது.

"சரி, விஷயத்துக்கு வருவம். உங்களாலை எவ்வளவு தரேலும்? இருபது லட்சம்?"

அதைக் கேட்டு ஒரு மௌனச் சிரிப்புத்தான் தோன்றியது என்னிடத்தில்! இவனோடு இனி என்ன பேசுவது?

"என்ன பேசாமலிருக்கிறீங்க? சொல்லுங்க."

"என்னால் தரக்கூடியது அவ்வளவு பெரிய தொகையில்ல."

இருபது பத்தாகி, ஐந்தாகி ... பேச்சுவார்த்தை எவ்வளவு தொகை என்று பொருந்திவராமல் இழுபட்டு இறுதியில் ஒரு லட்சத்தில் வந்து நின்றது.

பணத்தை யாரிடமிருந்து பெற்றுக்கொள்ளலாம் என ஏற்கனவே மனதிற்குள் திட்டமிட்டிருந்தேன். நண்பன் தாண்டவக்கோன்தான் அதற்குச் சரியான ஆள். கேட்கும் போதெல்லாம் உதவக்கூடிய பசை உள்ளவன். உதவிக்கு வட்டியுமுண்டு. வட்டிக்கு வட்டியுமுண்டு. எவ்வாறாயினும் அவன்தான் இப்போதைக்கு ஆபத்பாந்தவன்.

"கொஞ்சம் இருங்கோ தம்பி. இன்னொரு ஆளிட்டையிருந்து தான் காசு எடுக்கவேணும். கோல் பண்ணி ஒழுங்கு பண்ணியிட்டு வாறன்."

இருக்கையை விட்டு எழுந்து வீட்டுக்குள் போக முற்பட்டேன்.

"ஏதாவது புத்திசாலித்தனமாய் செய்யலாமென்று நினைச்சு வீணாய் வில்லங்கத்தில மாட்டிக் கொள்ளவேண்டாம்." – எச்சரித்தான்.

(அப்பனே அந்தக் காரணத்துக்காகத்தான் ஆரம்பத்திலிருந்தே நான் ஏதும் புத்திசாலித்தனமாக செய்ய உத்தேசிக்கவில்லை.)

அவன் நினைத்துத் தயங்குவதுபோல, உள்ளே போய் போஃனில் பொலிஸிற்கும் முறையிடலாம். முன் வீட்டிலிருக்கும் யசாரிடம் சொன்னால் தனது நண்பர்களுடன் வந்தே ஆளை மடக்கிவிடுவான். ஆனால் தடி எடுத்தவனெல்லாம் இங்கு தண்டல்காரனாயிருக்கிறான். பின்விளைவுகளையும் யோசித்து இந்தமாதிரிச் சமயோசிதமாகத்தான் உயிர் வாழவேண்டி யிருக்கிறது.

உள்ளே சுவரின் மறுபக்கமாக நின்ற மனைவி எனது கையைப் பிடித்துக்கொண்டாள். கண்கலங்கி நடுங்கினாள்.

"என்ன? என்ன செய்யப்போறாங்கள்?" திரும்ப வெளியே போகவும் விடமாட்டாள் போலிருந்தது.

"பயப்பிடாதையுங்கோ. நான் சமாளிக்கிறன்." மனைவியை ஆறுதற்படுத்தியவாறு தாண்டவக்கோனுக்குத் தொடர்பை

சுதாராஜ்

எடுத்தேன். அவசரமாக ஒரு லட்சம் ரூபா தேவைப்படும் விஷயத்தைக் கூறி, பணம் உடனடியாக வேண்டும் எனக் கேட்டேன். இப்போது தன்னிடம் இல்லையென்றும், இரண்டொரு நாள் பொறுக்கமுடியுமானால் வேறு இடங்களில் எடுத்துத் தரலாமென்றும் வழக்கமான பதில்தான் அவனிடமிருந்து கிடைத்தது.

"காசு இப்பவே வேணும்! இல்லையென்டால் என்னைக் கொண்டுபோக வந்து நிக்கிறாங்கள்."

"ஐயையோ !", நண்பனின் குரல் பதறியது. "கொஞ்ச நேரம் பொறுங்கோ கொண்டுவாறன்."

நண்பனின் பதற்றத்திற்கு என்மேற் கொண்டுள்ள பற்று பாசம் மட்டும் காரணமல்ல. என்னைக் கொண்டுபோய்விட்டால், ஏற்கனவே தன்னிடம் பெற்றிருந்த கடன் தொகை அதோ கதியாகப் போய்விடுமே என்ற பயமும்தான். எனவே நான் கேட்ட தொகையை எப்படியாவது தரவேண்டிய நிர்ப்பந்த நிலையிலிருந்தான் நண்பன்.

"வீட்டுக்குள்ள வரவேண்டாம். கேற்றுக்கு வெளியில சந்திக்கலாம்" என எச்சரிக்கையும் செய்துவைத்தேன்.

மனைவியின் கையை விடுவித்துக்கொண்டு, வெளியே வந்து கதிரையில் பெருமூச்சுடன் அமர்ந்தேன்.

"காசு ஒழுங்கு பண்ணியாச்சு. இப்ப வந்திடும்."

இப்போது அவன் இருக்கை கொள்ளாமல், எழுவதும் கேற் பக்கமாக எட்டிஎட்டிப் பார்ப்பதுமாக நின்றான்.

"யாரிட்டைக் காசு கேட்டிருக்கிறீங்க? கேட்டவுடன இவ்வளவு தரக்கூடிய ஆள் ஆர்?"

எனக்குத் தெரியாதா? இந்தக் கேள்வியெல்லாம் எதற்கென்று. (புலனாய்வு!) பிடி கொடுத்து நண்பனை மாட்டிவிடாமல், மிகச் சாதுர்யமாகச் சமாளித்துக்கொண்டிருந்தேன்.

தாண்டவக்கோன் தெருவில் அந்தப் பக்கம் போகிற யாரோ ஒருவரைப்போல சைக்கிளில் கேற்றைக் கடந்து அசுகை காட்டியதும், எழுந்து கேற்றுக்கு வெளியே போனேன்.

ஒரு என்வலப்பை என் கையிற் தந்தான் நண்பன் "எண்ணிப் பாருங்கோ."

'சரி' எனத் தலையசைத்து, தாண்டவக்கோனை அனுப்பி விட்டுச் சற்றும் தாமதியாமல் உள்ளே வந்தேன்.

எதை எண்ணிப் பார்ப்பது?

அப்படியே பணத்தை அவனிடம் கொடுத்தேன்.

"எண்ணிப் பாருங்கோ."

எண்ணாமல் அதை அப்படியே பொக்கட்டினுள் செலுத்தினான். ஃபோனைக் கையிலெடுத்துத் தகவல் கொடுத்தான்.

பிரச்சனை இந்த அளவிலாவது முடிந்ததே என நான் நினைக்க, அவன் வேறொன்று நினைத்தான். "நீங்கதான் உங்கட காரில என்னைக் கொண்டுபோய் எங்கட வான் நிக்கிற இடத்தில விடவேணும்."

எனது தயக்கத்தைக் கவனித்து, "வானை அப்பவே போகச் சொல்லியிட்டன். ஒரே இடத்தில கன நேரம் நின்டால் நோற்றட் ஆகியிடும்" என்றான்.

பிரதான வீதிவரை நடந்து செல்வதற்குத் தயங்குகிறான் போலிருக்கிறது. போகவேண்டிய இடத்தைக் கேட்டேன். அவன் கூறிய இடம் பத்துப் பன்னிரண்டு கிலோமீட்டர் தூரத்திலிருந்தது.

என் மனைவி வெளியே வந்து மீண்டும் என் கையைப் பிடித்தவாறு கலங்கிக்கொண்டு நின்றாள்.

"அவரை நாங்கள் ஒண்டும் செய்யமாட்டம் அம்மா. அழாதையுங்க." மனைவியை அவன் தேற்றுகிறானா அல்லது கிண்டல் செய்கிறானா?

மனைவியின் நிலையைப் பார்க்க, எனக்குக் கவலையா யிருந்தது.

"தம்பி குறை நினைக்கவேண்டாம். எனக்கு அவ்வளவு தூரம் வரேலாது."

யோசனை செய்துவிட்டு, இன்னொரு இடத்தைக் குறிப்பிட்டான். ஐந்து கிலோமீட்டர்வரை போகவேண்டியிருக்கும்.

உள்ளே சென்று கைத்தொலைபேசியை எடுத்து ஓஃப் பண்ணி பொக்கட்டினுள் மறைத்து வைத்தேன். எதுவும் நடக்கலாம். அப்படி ஏதுமென்றால் யாருக்காவது தகவல் கொடுப்பதற்காவது உதவும். மனைவியிடம் "பயப்பிடாதையுங்கோ. வந்திடுவன்." எனக் கூறிவிட்டு நடந்தேன். மனைவி, 'போகாதே போகாதே என் கணவா ...' ஸ்டைலில் கண்கலங்கி நின்றாள். வெளியே போய்க் காரை எடுத்தேன். எனக்குப் பக்கத்தில் முன் சீற்றில் அவன் அமர்ந்துகொண்டான்.

கார் ஓடிக்கொண்டிருந்தது. அவன் ரெலிஸ்போனில் பேசினான்.

ஏற்கனவே அவன் குறிப்பிட்ட இடத்தை அடையமுன்னரே, சனசந்தடி குறைந்த சற்று வெளியான பாதையிற் போகும்போது, திடுதிப்பென்று "நிப்பாட்டுங்க ... நிப்பாட்டுங்க ..." என அவசரப்பட்டான்.

தட்டப்போகிறானோ?

இப்படி எத்தனையோ கதைகள் நடந்திருக்கிறது! அவன் கேட்ட தொகையையும் நான் கொடுக்கவில்லை. சந்தேகத்துடன் பார்த்தேன்.

"பின்னுக்கு எங்கட வான் வருகுது" என்றான்

பாதை ஓரமாகக் காரை நிறுத்தினேன். காரிலிருந்து இறங்கினான்.

'அப்பாடா தொல்லை விட்டது போ.'

கதவை இழுத்துப் பூட்டியவாறு நான் காரை எடுக்க, சட்டெனக் கதவைத் திறந்தான்.

பொக்கட்டினுள் கைவிட்டு அதை எடுத்தான்! நான் பார்த்துக்கொண்டேயிருக்க, முன் இருக்கையில் அதை வைத்துவிட்டுக் கதவைச் சாத்தினான்.

அது, அவனிடம் நான் கொடுத்த அந்த என்வலப் ... பணத்துடன்!

ஆச்சரியத்துடன் பார்த்தேன். திரும்பிகூட பாராமல் பின்னால் வரும் வானை நோக்கி விறுவிறு என நடந்து போனான்.

ஞானம் இலக்கிய இதழ் 2011

யுத்தங்கள் செய்வது...

நேட்டோ விமானங்கள் குண்டு வீசியபோது இரவு பதினொரு மணிக்கு மேலிருக்கும். நான் அப்போது இன்னும் தூங்கியிருக்கவில்லை. சட்டென எழுந்து அறைக்கு வெளியே பல்கணிக்கு ஓடிவந்தேன். அறை, கட்டடத்தின் ஆறாவது மாடியில் அமைந்திருந்ததால் வெளியே வெகுதூரம்வரை பார்க்கக்கூடியதாயிருக்கும். குண்டுச்சத்தம் கேட்டதும் ஓடிவந்து வெளியே பார்க்கும் மிரட்சி எதேச்சையாகவே நிகழ்ந்துவிடுகிறது. குண்டுத் தாக்குதல் மிக அண்மையான இடங்களில் நடந்திருக்குமோ? சத்தமும் கட்டடத்தின் அதிர்வும் அந்தமாதிரி இருந்ததே என்ற பதற்ற உணர்வுதான் காரணம்.

நேட்டோ படையினரின் குண்டுவீச்சுகளும் அவற்றைத் தொடர்ந்து லிபிய அரசப் படையினரின் வான் நோக்கிய விமான எதிர்ப்பு வேட்டுக்களின் சத்தங்களும் திரிப்போலி நகரின் இரவுகளைக் கலக்கிக்கொண்டிருந்தன.

என் அறைக் கதவு அவசர கதியிற் தட்டப் பட்டது.

அழைப்பொலியை விசைக்காமல் இப்படி நாலு வீடுகளை எழுப்புவதுபோலப் படபடப்புடன் கதவைத் தட்டுவது யாராக இருக்கும் என்று எனக்குத் தெரியும். கதவின் கொளுக்கியை விடுவித்துத் திறப்பதற்கு முற்படும்போதே, அதைத் தள்ளித் திறந்துகொண்டு உள்ளே நுளைந்தார்கள் பிரியசாந்தவும் சந்திரசேனவும். நான் பணியாற்றும்

கம்பனியின் ஊழியர்களளான இவர்களும் இதே கட்டடத்தின் இன்னொரு அறையிற் தங்கியிருந்தார்கள். விமானக் குண்டுவீச்சு தொடங்கிய நாளிலிருந்து குழம்பிப்போயிருந்தார்கள். கடந்த சில நாட்களாக, சிறீலங்காவுக்குப் போக வேண்டும். அதற்கு ஒழுங்கு செய்யுங்கள் என நச்சரித்துக்கொண்டிருந்தார்கள். யுத்தம் உக்கிரமடைந்து வான்வழி தடைவலயமாக்கப்பட்டிருக்கும் கட்டம் இது. லிபியாவிலிருந்து நினைத்தவுடன் சிறீலங்காவுக்குப் போவதென்பது இயலுமான காரியமல்ல என்பது இவர்களுக்கும் தெரிந்திருந்தது. எனினும் ஒவ்வொரு குண்டு வீச்சின்போதும் எனது அறைக்கே வந்துவிடுகிறார்கள்.

இவர்களைவிட நான் மிகவும் குழம்பிப்போயிருந்தேன் என்றுதான் சொல்ல வேண்டும். கிரீஸ் நாட்டைத் தலைமை அலுவலகமாகக் கொண்ட கம்பனியின் லிபிய நாட்டில் ஆரம்பிக்கப் பட்ட புரஜெக்டுக்கு முகாமையாளராக இங்கு வந்திருந்தேன். இரண்டாயிரத்துப் பதினோராம் ஆண்டு பெப்ரவரி மாதம் லிபிய நாட்டின் கிழக்குப் பகுதியான பெங்காசி நகரில் கடாபி அரசுக்கு எதிராக ஆரம்பித்த புரட்சி, பின்னர் உத்வேகம் பெற்று ஒவ்வொரு நகரமாகப் பரந்துகொண்டிருந்தது. அதைத் தொடர்ந்த யுத்த நடவடிக்கைகளும், அதனால் பாதிக்கப்பட்ட கம்பனியின் தொழிற்தல அலுவல்கள், உள்நாட்டுக் கொடுக்கல் வாங்கல்கள்; அவற்றைக் கையாள முடியாது இடைதடைப்பட்டு அல்லது துண்டிக்கப்பட்டுக்கொண்டிருந்த தொடர்பு வசதிகள், இந்த நிலைமையிலும் இவற்றையெல்லாம் தலைமை அலுவலகத்துடன் பரிமாறிப் பரிந்துரைகளைப் பெற்றுக்கொள்ளவேண்டிய கடமைகள் இப்படியிப்படி நிறையப் பிரச்சனைகளுக்கு முகம் கொடுத்துக்கொண்டிருந்தேன். இப்போது இவர்களை எப்படிச் சமாளிப்பது என்ற பிரச்சனை எனக்கு.

கம்பனியில் பணியாற்றும் சிறீலங்காவைச் சேர்ந்த தொழிலாளர்களை வான்வழித் தடைவலயமாக்கப்படுவதற்கு முன் திரிப்போலியிலிருந்த சிறீலங்கா தூதரகத்துடன் தொடர்புகொண்டு அவர்கள் ஒழுங்கு செய்திருந்த விசேட விமானமூலம், மார்ச் மாத ஆரம்பத்தில் நாட்டுக்கு அனுப்பியிருந்தோம். அப்போது பயணித்த இருபது தொழிலாளர்களுடன் சேர்ந்து போகாமல் பிரியசாந்தவும் சந்திரசேனவும் தாங்களாகவே வேண்டி நின்றது எனக்காகத்தான். கம்பனியின் வேலைத்திட்டத்தை இடைநிறுத்துவதற்கு முன் சில ஒழுங்குகளைச் செய்யவேண்டியிருந்தமையால் எனக்கு உடன் வெளியேறமுடியாமலிருந்தது. அதற்கு இன்னும் சில நாட்களாகலாம். வான்வழி தடை செய்யப்பட்டாலும் பின்னர் வேறு மார்க்கமாகப் பாதுகாப்பாக அனுப்பிவைப்பதாகக் கம்பனி கூறியது. அப்போதுதான் இவர்கள், 'உங்களைத் தனியே விட்டு

போவது சரியல்ல. உங்களுக்கு உதவியாக நிற்கிறோம்,' என நின்றுகொண்டார்கள்.

"வாடிவெண்ட, ரீவீயெகென் பலமூ! பொம்பெய வடுனே கொஹேட்டத கியலா. (இருங்கள் குண்டு எங்கே விழுந்திருக்கு மென்று ரீவீயில் பார்ப்போம்.)" பதற்றப்பட்டுக்கொண்டு நின்ற இருவரையும் ஆறுதற்படுத்தும் நோக்கில் அமரவைத்தேன். அதிர்ச்சி யில் ஏங்கிப்போனவர்களாக, பதிலேதும் பேசாமலிருந்தார்கள்.

சர்வதேசச் சனல்களில் குண்டுவீச்சு நிகழ்ந்த சில நிமிடங்களிலேயே துல்லியமாக விபரங்களைத் தெரிவித்துக் கொண்டிருந்தார்கள். அவர்களது ஊடகச் செய்தியாளர்கள் நாட்டின் சகல பகுதிகளிலும் நடக்கும் புரட்சிப் போராட்டங் களையும் குண்டுவீச்சுத் தகவல்களையும் அவ்வப் பகுதிகளி லிருந்து அவ்வப்போதே தந்துகொண்டிருந்தார்கள். சற்றுமுன் இராணுவத்தினரின் ஆயுத ஸ்டோருக்குத் தாக்குதல் நடத்தப்பட் டிருக்கிறது. அந்த விபரங்களை ரீவீ காட்டிக்கொண்டிருந்தது. லிபியாவின் விமான எதிர்ப்புத் தளங்கள், இராணுவத் தளங்கள், ஆயுதக் கிடங்குகள், அரச தரப்பினரின் கட்டடங்கள், கடாபியின் மாளிகைகள் என குண்டுவீச்சுத் தொடங்கிய நாளிலிருந்து தாக்கி அளிக்கப்பட்டன. எனினும் எல்லா யுத்தங்களையும்போல இங்கேயும் அப்பாவி மக்களும் குழந்தைகளும் கொல்லப்படும் தகவல்களும் வந்துகொண்டிருந்தன.

"பார்த்தீங்களா? யுத்த நிலைமைகள் பற்றிய நேரடி ஒளிபரப்புப்போல என்ன நடக்குதென்று உடனுக்குடன் அறியக்கூடியதாயிருக்கு. சிறீலங்காவில் யுத்தம் நடந்தபோது செய்தியாளர்களை யுத்தப் பகுதிகளுக்கு அனுமதிக்கவில்லை. அங்கு என்ன நடந்ததென்றே இன்னும் சரியாகத் தெரியாது..." இவர்களது கவனத்தைத் திருப்புவதற்காக அப்படிக் கூறினாலும் எனக்கு அந்த வேளையிற் தோன்றிய உணர்வும் அதுதான். ஆனால் இருவருமே அதற்குக் காது கொடுக்கவில்லை. பயந்த நிலையிலிருந்து இன்னும் தெளியாமலிருந்தார்கள்.

ஏற்கனவே யுத்தப் பிரதேசங்களிலிருந்த அனுபவமற்றவர்களாத லால் இவர்களுக்கு ஏற்படும் பய உணர்வு இயல்பானதுதான். சிறீலங்காவில் வடபிரதேசத்தைச் சேர்ந்தவன் நான். அங்கு யுத்தம் ஆரம்பித்த காலத்திலிருந்தே ஒவ்வொரு காலகட்டத்திலும் வெவ்வேறு விதமான குண்டு வீச்சுகளுக்குளெல்லாம் நேர்ந்த அவலங்களுக்குள் அகப்பட்ட அனுபவங்கள் எனக்குண்டு. இருண்ட இரவுகளில் கோர இரைச்சலுடன் வரும் விமானங்கள் குடிமனைகளின்மீது குண்டுகளைத் தள்ளிவிட்டுப் போகும். படை

முகாம்களிலிருந்து ஏவப்படும் ஷெல்கள் எந்த இடமென்றில்லாமல் விழுந்து அழிவுகள் செய்யும்.

"சேர், கெதற லமயி பயவெலா எண்ட கியலா அன்டனவா..! (வீட்டில் பிள்ளைகள் பயந்து, வரச்சொல்லி அழுகிறார்கள்.)"

"பிரியசாந்த, பயவெண்ட எப்பா. ஓயகொல்லன்ர மொக்குவத் வென்ன நே. (பயப்படவேண்டாம். உங்களுக்கு ஒன்றும் நடக்காது.)"

யுத்தமும் குண்டுவீச்சும் சஜமான விஷயம் என்பதுபோல, நான் பட்ட யுத்த அனுபவங்களைக் கூறத் தொடங்கினேன். அதைக் கேட்க இவர்களுக்கு எரிச்சல்கூடத் தோன்றலாம். எனினும் வேறு வழி இல்லை. இவர்களும் குழம்பிப்போயிருக்கிறார்கள். நானும் குழம்பிப்போயிருக்கிறேன். இந்த நடு இரவில் யுத்தச் சூழ்நிலையால் குழம்பிப்போனவர்கள் எல்லாம் சேர்ந்து வேறு எதைத்தான் பேசுவது?

அப்போது மலைகளே இடிந்து விழுவதுபோல இன்னொருமுறை தொடர்குண்டுவீச்சின் சத்தத்தில் கட்டடம் அதிர்ந்தது. வெளியே எல்லாப் பக்கங்களிலுமிருந்து வான்நோக்கி ஏவப்படும் விமான எதிர்ப்பு வேட்டுக்கள் செந்தணல்களாக விண் கூவிக்கொண்டு சென்றன. அது மேலும் பயத்தை அதிகரித்தது.

"தவம மெஹே இன்ன எக்க மோட வடெக் சேர். கோம ஹறி லங்காவட்ட யன்ன ஓனே. (இன்னும் இங்கே இருப்பது மோட்டுவேலை. எப்படியும் சிறீலங்காவுக்குப் போகவேண்டும்.)" – பிரியசாந்தவின் குரல் நடுக்கத்துடன் அரைகுறையாக வெளிவந்தது. எப்போதும் சிரித்த முகம் கொண்ட சந்திரசேன விழி பிதுங்கிக்கொண்டு நின்றான். எனக்கு இவர்கள்மேல் ஏற்பட்ட இரக்கத்தைவிட, எப்படி இவர்களது நச்சரிப்பை நிறுத்தலாம் என்ற அலுப்பே மேலோங்கியது.

"மங் ஹெட்ட ஓஃபீசியட்ட கத்தாகறலா மொனவஹறி பிலிவெலக் கறனங்... பயவென்ன எப்பா... (நான் நாளைக்கு அலுவலகத்துடன் கதைத்து ஏதாவது ஒழுங்கு செய்கிறேன். பயப்படவேண்டாம்.)"

உண்மையில் அடுத்த நாள் தலைமை அலுவலகத்துடன் தொடர்புகொள்ள முடியுமா என்பது எனக்கு நிச்சயமில்லை. தொலைத்தொடர்பு வசதிகள் எப்போதும் தடைப்பட்டு, எப்போதாவது இயங்கும் நிலையிலிருந்தன. நாள்முழுதும் முயற்சித்தாலும் ஒரு அதிர்ஷ்டமுள்ள தருணத்திற்றான் தொடர்பு கிடைக்கும். அதிர்ஷ்டம் என்பது தொடர்பு கிடைக்கும்

விஷயத்தில் மட்டும்தான். மற்றப்படி இந்த இடத்தைவிட்டு இப்போதைக்கு அசையமுடியாதென்பது எனக்கு நன்றாகவே தெரியும். அந்த அளவிற்கு யுத்த நிலைமைகள் மோசமடைந்து, வான் மார்க்கம், கடல் மார்க்கம் எல்லாம் மூடப்பட்டிருந்தன. எனினும் இவர்களது ஆறுதலுக்காகவேனும் சும்மா கதை விட்டுக்கொண்டிருந்தேன்.

அறையில் அழைப்பிசை ஒலித்தது.

கதவைத் திறந்தபோது கமால் சயிட் றபியா உள்ளே வந்தான். இந்த வேளையில் அவன் வரவேண்டிய தேவையே இல்லை. அவனது டியூட்டி மாலை ஐந்து மணியுடன் முடிந்துவிடும். கமால் சயிட் றபியா, லிபிய நாட்டைச் சேர்ந்தவன். கம்பனியின் உள்நாட்டு ஏஜன்ட்டினால் நியமிக்கப்பட்டு, சாரதியாகக் கடமையாற்றினான்.

கமாலைக் கண்டது எனக்கு சற்றுத் தெம்பாயிருந்தது. பிரியசாந்தவினதும் சந்திரசேனவினதும் மனநிலையை ஆற்று வதற்கு அவன் ஏதாவது ஆறுதல் வார்த்தைகள் சொல்லக்கூடியவன்.

"என்ன கமால் இந்த நேரத்தில் வந்திருக்கிறாய்? ஏதாவது நியூஸ்?"

"நௌ ரூ மச் பொம்பிங். லைக் ரூ சீ யூ, எனி ப்ரொபிளம்?" (அவன் ஆங்கிலத்திற் கூறிய விஷயத்தை இவ்வாறு விளங்கிக் கொள்ளலாம் "இப்போது குண்டுத் தாக்குதல் கடுமையாக நடப்பதால் உங்களைப் பார்க்க வந்தேன். ஏதாவது பிரச்சனையா?")

ஆங்கிலத்திற் பேசிப் பழகும் ஆர்வமும் அவன் என்னோடு நெருக்கமானதற்கு ஒரு காரணமாயிருந்தது. ஆரம்பத்தில் பொறுக்கியெடுத்த சில சொற்களை வைத்துக்கொண்டு தனது கைப் பாஷையையும் சேர்த்து சொல்லவேண்டிய சங்கதியை ஒப்பேற்றிவிடுவான். பின்னர் அவனது ஆங்கில ஞானம் கொஞ்சம்கொஞ்சமாக விரிவடைந்துவந்தது. சந்தர்ப்பம் கிடைக்கும்போதெல்லாம் புதுப்புது வார்த்தைகளைக் கேட்டுத் தெரிந்துகொள்வான்.

நான்கு வருடங்களுக்கு முன்பு லிபியாவுக்கு முதலில் வந்தபோது, விமான நிலையத்தில் எனக்காகக் காத்திருந்தவன் அவன்தான். அப்போது தொடங்கிய அறிமுகம் அது. உள்ளே குடிவரவு அதிகாரிகள் கருமபீடத்தில் தங்களுக்குள் ஒருவரோடு ஒருவர் அரட்டை அடித்துக்கொண்டும் சிகரட் ஊதிக்கொண்டும், நேரத்தையும் பயணிகளையும் சுணக்கிக்கொண்டிருந்ததால் வரிசையிற் காத்திருந்துகாத்திருந்து, எரிச்சலுணர்வுடன் வெளியே

                                                   சுதாராஜ்

வந்தபோது முதற் சந்திப்பிலேயே எனது மனதைத் தொட்டவன் கமால் சயிட் றபியா.

அட்டையொன்றில் எழுதப்பட்ட எனது பெயரை கையுயர்த்திப் பிடித்துக்கொண்டு நின்றவனிடம் எனது பயணப் பொதிகளையும் தள்ளிக்கொண்டு சென்றேன். நெடுநாட் பழகியவரைத் திரும்பக் காண்பது போன்ற மலர்ச்சியுடன் கை கொடுத்தான். எனது பொதிகளை வற்புறுத்திப் பெற்றுத் தானே சுமந்துகொண்டு, வாகனத்திற்கு அழைத்துச் சென்றான். பொதிகளை வாகனத்துள் வைத்துவிட்டு அதே வேகத்தில் சட்டெனக் கதவைத் திறந்து, 'ப்ளீஸ்...' என வாகனத்துள் அமருமாறு சைகை காட்டினான். வெளிநாட்டவர்கள் வரும்போது அனுசரிக்கும் முறைபற்றி அவனுக்குப் பயிற்றுவிக்கப்பட் டிருக்கலாம் என்றுதான் நினைத்தேன். ஆனால் போகப்போக, அவன் பழகிய விதத்திலிருந்து அவனது இயல்பான சுபாவம்தான் அது என்பது தெரியவந்தது.

அப்போது மிசுரட்டா நகரில் ஆரம்பிக்கப்பட்ட ஒரு வேலைத் திட்டத்திற்கு, எங்கள் கம்பனி சிமெந்து விநியோகிக்கும் தொழிற்றல வசதியை வழங்குவதற்கு ஒப்பந்தமாகியிருந்தது. அதற்குரிய இயந்திராதிகளைப் பொருத்துவதற்கும் தொழிலாளர்களைப் பயிற்றுவிப்பதற்குமாக வந்திருந்தேன். பின்னர் திரிப்போலியில் இன்னொரு புரஜெக்ட் ஆரம்பிக்கப்பட்டபோது அதையும் கவனிக்க வேண்டியிருந்தது. அங்கேயுமிங்கேயும் ஓடவேண்டிய நிலையில் கமால் எனக்குரிய முழு நேரச் சாரதியானான்.

சற்றுநேரம் ஏதும் பேசாமலிருந்த கமால், பின்னர் ஏதோ நினைத்துக்கொண்டவன்போல, "ஒவ்வொரு இரவும் கடுமையாகக் குண்டுவீச்சு நடக்கிறது. இங்கேயுள்ள குழந்தைகளை அவர்கள் யோசிக்கவில்லையா?" என்று கேட்டான். அப்போதுதான் கவனித்தேன். அவனிடத்தில் வழக்கமாக் காணப்படும் உற்சாகம் இல்லை. குண்டுவீச்சில் அவனது பிள்ளைக்கு ஏதாவது பாதிப்பு ஏற்பட்டிருக்குமோ?

"என்ன கமால் ஏதாவது பிரச்சனையா?"

"என் மகன் சரியாகப் பயந்துபோயிருக்கிறான். பொம்ப் சத்தம் கேட்டதும் கட்டிலிற்குக் கீழே ஓடிப்போய்ப் படுத்துவிடுகிறான். வெளியே வர மறுக்கிறான்."

குண்டுவீச்சில் சிறுவர்கள் மனோரீதியாக எவ்வாறு பாதிக்கப்படுகிறார்கள் என்பது எனக்குத் தெரியும். எனக்கு என் பிள்ளைகளின் நினைவு வந்தது. அப்போது எனது மகள் நாலுமாதக்

குழந்தையாயிருந்தாள். வானத்தில் வட்டமிடும் விமானத்தின் அகோரமான இரைச்சலில் பிள்ளை மிரட்சியடைய, அவளைத் தூக்கி நெஞ்சுடன் அணைத்துக்கொண்டு ஒதுக்குப்புறமாக ஓடினேன். குண்டுவீச்சின் முழக்கத்தில் குழந்தை அதிர்ச்சியடைந்து வீரிட்டு அவலமாகக் கத்தினாள். என் கையணைப்பிலேயே மூத்திரமும் போனாள். அப்படி அவலக்குரல் எழுப்புமளவிற்குப் பச்சைக் குழந்தைகளையே யுத்தம் அங்கு கலக்கி வைத்திருந்தது. எதிரிகளைக் கண்டதும் தங்கள் குட்டிகளுடன் பொந்துகளுக்குள் ஓடி ஒழிக்கும் பிராணிகளைப்போல, குண்டுவீச்சு விமானங்கள் இரைந்து வரும்போது பிள்ளைகுட்டிகளுடன் பதுங்கு குழிகளுக்குள் ஓடியோடி ஒழிந்த காலங்கள் நினைவில் வந்தன.

தனது இரண்டுவயது மகன் பற்றிய கவலையில் கமால் உடைந்துபோயிருந்தான். அவனது மனநிலையை எனக்கு உணரக்கூடியதாயிருந்தது.

"கவலைப்படவேண்டாம் கமால். எல்லாம் சரியாகும்." என்ற ஒரு வார்த்தையை மட்டும் கூறினேன்.

"சேர் நீங்கள் உங்கள் நாட்டுக்கு போய்விடுங்கள். இங்கு பெரிய பிரச்சனை வரக்கூடும்." – கமால் தன் மனோதைரியத்தை இழந்துவிட்டான். ஏற்கனவே ஏனைய தொழிலாளர்களுடன் நான் பயணமாகாமல் நின்றபோது, சந்தோஷமடைந்தவன் கமால். இப்போது இங்கிருந்து தப்பிப் போய்விடுமாறு கூறுகிறான்.

"சரி... நாங்கள் எப்படியாவது போய்விடலாம். நீ என்ன செய்வாய்?" எனக் கமாலிடம் கேட்டேன்.

"துனீசியாவுக்குப் பல மக்கள் போகிறார்கள். நாங்களும் போக யோசிக்கிறோம். என் பிள்ளைக்காகத்தான் எல்லாக் கவலையும்."

இளம் மனைவி, குழந்தை குடும்பம் என யுத்தத்திற்கு முன்னதான கமாலின் வாழ்வையும் அவனது கலகலப்பான சுபாவத்தையும் எண்ணிப்பார்த்தேன். அது அவன்மீது அனுதாபத்தை ஏற்படுத்தியது. அவனது குடும்பவாழ்வும் இனி அங்குமிங்குமென அலைச்சற்பட்டுப்போய்விடுமோ எனக் கவலையாயிருந்தது. அவனது வீட்டிலிருந்து கைபேசியில் அழைப்பு வந்ததும் கமால் விடைபெற்றுச் சென்றான். எனக்கு இவர்களது பிரச்சனை மீண்டும் தொடங்கியது.

"கமால் துனீசியாவுக்குப் போய்விட்டால் எங்கள் நிலைமை கஷ்டமாகிவிடுமே", என்றான் பிரியசாந்த.

அது உண்மைதான். இங்கு எங்கள் கம்பனியின் தேவைகளைக் கவனிக்கும் ஏஜன்ட்டின் அதிகாரிகள் எவரையும் காணக் கிடைக்கவில்லை. கமால் மட்டுமே எங்கள் தேவைகளைக் கவனித்துக்கொண்டிருந்தான். அவனிடம் அந்தப் பொறுப்பைக் கொடுத்துவிட்டு அவர்கள் மாயமாகியிருக்கலாம்.

"கமாலிடம் கேட்டுப் பாருங்கள். எங்களைத் துனீசியாவுக்குக் கொண்டுபோய் விடமுடியுமா என்று." – சந்திரசேன இப்படியொரு ஐடியாவைக் கூறினான். யுத்த நெருக்கடிகள் தொடங்கிய நாட்களில், கடும் சமர் நடந்துகொண்டிருந்த மிசுரட்டா நகரிலுள்ள தொழிற்தலத்தில் அகப்பட்டிருந்த எங்கள் தொழிலாளர்கள் சிலரை மீட்டுக் கொண்டுவந்தவன் கமால். அந்த நினைவிற்தான் சந்திரசேனவிற்கு அப்படியான யோசனை தோன்றியிருக்கும்.

இன்னும் திரிப்போலியில் சிக்கியிருந்த வெளிநாடுகளைச் சேர்ந்த தொழிலாளர்களும், லிபிய நாட்டவரான பல குடும்பங்களுமாக போடரைக் கடந்து துனீசியாவிற்கு இடம் பெயர்ந்துகொண்டிருப்பதை ரீவீக்கள் காட்டும் செய்திகள் தெரிவித்தன. துனீசிய போடரில் நாட்கணக்காக இறுகிப் போயிருக்கும் வாகனங்களின் நெருக்கடிகளுள் மக்கள் அடைபட்டுக் கிடந்தார்கள். அந்தப் பக்கம் போனவர்கள் வீதி ஓரங்களிலும் மணல்வெளிகளில் தற்காலிகக் கூடாரங்களிலும் வெயிலிலும் புழுதிக் காற்றிலும் தவித்துக்கொண்டிருந்தார்கள். 'அந்தமாதிரி நீங்களும் போய்க் கஷ்டப்படப் போகிறீர்களா' எனச் சந்திரசேனவிடம் கேட்டேன். ஆரம்பத்திலேயே அந்த யோசனையை ஆர்வமிழக்கச் செய்யும் நோக்கம்தான். அல்லது இவர்கள் அதை ஒரே பிடியாகப் பிடித்துக்கொண்டு என்னை நெருக்கக்கூடும்.

"நீங்கள் இப்போது போய்த் தூங்குங்கள். காலையில் இதைப்பற்றிப் பேசலாம்", என அவர்களை அனுப்பிவைத்தேன்.

படுக்கைக்குப் போனபோது, மீண்டும் விமானக் குண்டுவீச்சு நிகழக்கூடுமோ என மனப்பயம் ஏற்பட்டது. நேரம் கடந்து விட்டாலும் தூக்கம் வர மறுத்தது. வீட்டு நினைவு வந்தது. பிள்ளைகள் மனம் கலங்கக்கூடுமென்பதால், இங்குள்ள எனது கஷ்டங்களை அவர்களுக்குச் சொல்வதில்லை. ஆனால் படுக்கைக்குப் போனதும் அவர்களது நினைவு வந்துவிடும். இங்கு யுத்த நிலைமைகள் எப்படியெல்லாம் மாறப்போகிறது? எவ்வளவு காலம் இழுபடப்போகிறது? அதற்குள் வீட்டுக்குப் போய்ப் பிள்ளைகளைப் பார்க்கச் சாத்தியப்படுமா என்றெல்லாம்

யோசனைகள். இந்த நினைவுகளுடன் உறங்கிப்போன நேரம் தெரியவில்லை.

துப்பாக்கிச் சூட்டுச் சத்தங்கள் சடசட எனக் கேட்டன. அந்தப் பக்கமும் இந்தப் பக்கமுமாகத் தொடர்தொடரான வேட்டுக்கள் தீர்க்கப்படும் சத்த வித்தியாசத்தையும் உணரக்கூடியதாயிருந்தது. எல்லாம் கனவில் நடப்பதுபோல தூக்கத்துக்கும் விழிப்புக்கும் இடைப்பட்ட ஒரு குழப்பநிலை. யாழ்ப்பாண நகரத்திற்குள் ஆமிக்காரர் மூவ் பண்ணி வருகிறார்கள் ... மக்கள் வீடுகளை விட்டு ஓடிக்கொண்டிருக்கிறார்கள் ... பாதைகளெல்லாம் சனநெருக்கம் ... என் மனைவியும் பிள்ளைகளும் அதற்குள் சிக்கிப்போயிருக்கிறார்கள் ... அவர்களைக் காணமுடியாது தேடுகிறேன். சூட்டுச் சத்தங்கள் கேட்டுக்கொண்டேயிருக்கிறது. நெஞ்சு பதைக்கிறது. கண்களைத் திறக்க முயற்சிக்கிறேன். முடியவில்லை. உடலை அசைத்து எழ முயற்சிக்கிறேன். முடியாமல் தூக்கம் அழுத்திப் பிடித்திருக்கிறது. ஒரு தருணத்தில் குண்டொன்று வெடிக்கும் பெரும் சத்தம் திடுக்குறச் செய்ய, சட்டென விடுபட்டு எழுந்துகொண்டேன். கண்கள் விழித்துக் கொண்டன. உறக்க நிலையில் தொலைவிற் கேட்ட சத்தங்கள், காதடைப்பதுபோல மிக அண்மையாகக் கேட்டன. நான் எங்கே இருக்கிறேன் என்று அனுமானிக்கச் சற்று நேரம் பிடித்தது. பல்கணிப் பக்கம் வந்து வெளியே பார்த்தேன். சண்டை நிஜமாகவே நடந்துகொண்டிருக்கிறது. கீழே வீதியிலும் கட்டடங்களின் இடைவெளிகளிலும் துப்பாக்கி வேட்டுகள் தீர்க்கப்பட்டன. எதிரெதிராகப் பதிலுக்குப்பதிலாக சூடு நடப்பதை, அந்த இருள் அகலாத அதிகாலைப் பொழுதில் நெருப்புத் தணல்களாகப் பறந்துகொண்டிருக்கும் சன்னங்கள் காட்டின. தூரத்தே வீதியில் வாகனமொன்று முளாசி எரிந்துகொண்டிருப்பதும் தெரிந்தது.

பல்கணிக் கதவை இழுத்து மூடிவிட்டு உள்ளே வந்தேன். படபடப்பு இன்னும் அடங்காமலிருந்தது. இந்த அமர்க்களத்தில் பிரியசாந்தவும் சந்திரசேனவும் ஓடிவரக்கூடும் என்றே பார்த்திருந்தேன். இன்னும் காணவில்லை. உறக்கத்தில் ஆழ்ந்து போயிருப்பார்களோ? அல்லது இந்த நேரத்தில் வந்து எனது உறக்கத்தைக் குழப்பக்கூடாது என நினைத்திருக்கலாம். இப்போது, நான் அங்கு போய்விடவோமா என்றுகூடத் தோன்றியது. யாராவது பக்கத்திலிருந்தால் ஆசுவாசமாயிருக்கும். கட்டிலில் அப்படியே அமர்ந்திருந்தேன். துப்பாக்கி வேட்டுகள் ஓயவில்லை. அரசபடையினருக்கும் புரட்சிப்படைகளுக்குமிடையிலான மோதல் திரிப்போலி நகருக்குள்ளும் வந்துவிட்டதோ என்று பயமேற்பட்டது. ஆயுதபலம் கொண்டவர்கள் எதிராளர்களெனச் சந்தேகிப்பவர்களையும் அறிமுகமற்றவர்களையும் சுட்டுத்

தள்ளியதெல்லாம் ஞாபகம் வந்தது. அந்த நிலை இங்கும் வந்துவிடுமோ?

நிலம் வெளித்து விடியும் வேளை துப்பாக்கி வேட்டுச் சத்தங்கள் ஓய்வு நிலைக்கு வந்தன. வெளியே எட்டிப்பார்த்தேன். எரிந்த வாகனத்திலிருந்து கரும்புகை மேலெழும்பிக்கொண்டிருந்தது. இன்னும் சரியாக சன நடமாட்டமோ வாகன ஓட்டங்களோ தொடங்கியிருக்கவில்லை. அப்போதுதான், 'என்ன நடந்தது' என்ற கேள்வியுடன் சந்திரசேனவும் பிரியசாந்தாவும் எனது அறைக்கு வந்தார்கள். இவர்களைப் பிடித்து உதைத்தாலென்ன என்று எனக்குக் கோபம்கூட ஏற்பட்டது. அந்த அளவுக்குப் போர்த்து மூடிக்கொண்டு தூங்கியிருக்கிறார்கள்.

இந்த நேரத்தில் கமால் வந்தால் நல்லது என்று தோன்றியது. அவனால் வரக்கூடியதாயிருக்குமோ என்று தெரியவில்லை. அதிகாலையில் என்ன நடந்திருக்கும் என அறிய ரிவீ சனல்களைத் திருகினேன். கமாலிடமிருந்து கோல் வந்தது, 'சற்றுச் சுணக்கமாக வருவேன். வெளியே எங்கேயும் போகவேண்டாம்' எனத் தகவல் தந்தான்.

மதியநேரம் கமால் வரும்வரை என் மனம் ஒரு நிலையிலில்லை. காலையில் நடந்த சம்பவம்பற்றிக் கேட்டேன், "என்ன பிரச்சனை கமால்? அரச எதிர்ப்புக் கிளர்ச்சியா?"

"சரியாகத் தெரியாது. கிளர்ச்சி இங்கேயும் பரவி விடாமலிருக்க மக்களைப் பயப்படுத்தி அடக்கிவைக்கும் செயலாகவும் இருக்கலாம்."

கம்பனியின் தலைமை அலுவலகத்துடன் தொடர்புகொண்டு, நிலைமைகள் கட்டுப்பாடற்று வருவதால் சீக்கிரம் வெளியேற வேண்டுமெனத் தெரிவித்தேன். திரிப்போலியிலிருந்து அண்மையி லுள்ள நாடான மால்ட்டாவிற்கு அடுத்த வாரம் பயணிகள் படகு சேவையொன்று செயற்பட இருப்பதாகவும், அதில் பயணப்படலாம் என்றும் கூறினார்கள். அதை நான் சற்று மாற்றி, 'இன்னும் இரண்டொரு நாட்களில் படகுச் சேவை ஆரம்பிக்கிறது. இங்கிருந்து போய்விடலாம்' என இவர்களிடம் கூறினேன். ஆனால், படகு சேவை ஆரம்பிக்க உத்தேசித்துள்ள ஏஜன்டைத் தொடர்புகொண்டு கேட்டால், அதற்கு இரண்டு வாரமளவில் ஆகலாம் என்றும், அதுகூட இன்னும் உள்ஜிதமில்லை என்றும் தகவல் தந்தார்கள். அந்தத் தகவலை இவர்களிடமிருந்து மறைத்தேன்.

நாளாக ஆக, விமானக் குண்டுவீச்சுக்கள் இரவில் மட்டுமின்றி, பகல் வேளைகளிலும் நிகழ்த்தப்பட்டன. 'கூலிப் படைகள்' என

சந்தேகத்தில் கைதுசெய்யப்படுவதும், கொல்லப்படுவதுமான காரியங்கள் திரிப்போலி நகருக்குள் மேலும் அதிகரித்தன. பின்புறமாகக் கைகள் கட்டப்பட்டு முகம் குப்புற விழுந்து இறந்து கிடப்பவர்களை ரீவீ சனல்கள் காட்சிப்படுத்திக் கொண்டிருந்தன. பிரியசாந்தவின் கஷ்ட காலம், ஒருநாள் அவனும் இந்த அவலத்தில் மாட்டுப்பட நேர்ந்தது. அன்று தொழிற்தலத்தில் சில அலுவல்களுக்காகச் சென்றிருந்தோம். அப்போது பிரியசாந்தவுக்கு அவனது வீட்டிலிருந்து கைபேசி அழைப்பு வந்திருந்தது. உள்ளே சிக்னல் சரியாக இல்லையென வெளியே சென்று பேசிக்கொண்டிருந்தான். ஜீப்பிலும் பிக்அப் வாகனங்களிலும் ரோந்து வந்தவர்கள் சட்டென அவனை வளைத்துக்கொண்டார்கள். வாகனத்திலிருந்து துப்பாக்கிகளுடன் குதித்தவர்களைக் கண்டதும், இவன் கைகளிரண்டையும் உயர்த்தினானாம். அவர்கள் அரபு பாஷையிற் கேட்டது ஒன்றும் இவனுக்குப் புரியவில்லை. 'சிறீலங்கா... சிறீலங்கா ...' என்றுமட்டும் நடுக்கத்துடன் கூறிக்கொண்டு நின்றிருக்கிறான். அவர்கள் வீ.எச். எஃப் கருவியில் (தங்கள் அதிகாரியுடனாயிருக்கலாம்) பேசியபின், இவனை விட்டுப் போய்விட்டார்கள்.

இதன் பிறகு இவர்கள் இருவரும் அறையைவிட்டு வெளிவரவே மறுத்துவிட்டார்கள். 'சிறீலங்காவுக்குப் போகும்வரை சாப்பிடமாட்டோம்' என அடம்பிடித்தார்கள். இன்னொரு வகையிற் சொல்வதானால், என்னை இன்னும் நெருக்குவதற்காக மேற்கொள்ளும் உண்ணாவிரதம் அது. விசித்திரம் என்னவென்றால் உண்ணாவிரதம் அனுஷ்டிப்பது ஒருவகையில் நல்ல விஷயம்தான். எங்களுக்காக உணவு வகைகளைத் தேடிக்கொண்டுவருவதற்குக் கமால் பெரும் சிரமத்தை எதிர்கொண்டிருந்தான். அவனுடன் சேர்ந்து நானும் மார்க்கட்டுகளெல்லாம் அலைந்து வந்திருக்கிறேன். அநேகமாக எல்லாம் வெறுமையாகவே கிடந்தன. சாப்பாட்டுச் சாமான்கள் விற்றுத் தீர்ந்தனவா அல்லது பதுக்கப்பட்டனவா என்பதுவும் தெரியாது. எனக்கென்றால், அலைச்சலும் இவர்களது கரைச்சலும் உச்சத்துக்கு ஏறி, அலுத்துப்போய்விட்டது. கமாலுக்கும் அது புரிந்திருந்தது.

"உங்களை துனீசியாவுக்குக் கொண்டுபோய் விடுகிறேன். அங்கிருந்து சிறீலங்கா போகலாம். கம்பனியுடன் பேசி முடிவெடுங்கள்."

"கமால், இந்த நேரத்தில் உன் குடும்பத்தை எப்படிப் பாதுகாக்கலாம் என்பதைக் கவனி எங்களுடைய வழியை நாங்கள் பார்க்கிறோம்."

                                                    சுதாராஜ்

"நானும் துனீசியா போய்விட்டால் உங்களுக்கு உதவ யாரும் இல்லை. பிரியசாந்தவும் பயந்துபோயிருக்கிறான்." – கமால் கூறுவதும் சரிதான்.

தரை மார்க்கமான பயணத்தின் பாதுகாப்பின்மையைக் கருதி, அந்த யோசனையைக் கம்பனி விரும்பவில்லை. எனினும் ரிஸ்க் எடுத்துப் பயணப்படவேண்டிய கட்டத்திலிருப்பதை விளக்கிக் கூறினேன். துனிசியாவில் போடருக்கு அண்மையிலுள்ள ஜேர்பா நகரிலிருந்து விமான ஒழுங்கு செய்யப்பட்டது. ஜேர்பா – துனீஸ் – டோகா – சிறீலங்கா!

காலை ஏழு மணிக்கு திரிப்போலியிலிருந்து புறப்பட்டோம். பாதையில் பல இடங்களில் படையினரின் சோதனைத் தடைகள். சில இடங்களில் பயணப்பொதிகளை இழுத்துக் கொட்டினார்கள். நாடு எதுவாயிருப்பினும்; படையினரின் மனோநிலை ஒரேமாதிரியானதுதான்போலும். யுத்தப் பிரதேசத்திலிருந்து தப்பிப்பிழைத்துப் போகிறவர்களிடம் அப்படி எதைத்தான் பிடுங்கப்போகிறார்கள்? கைபேசிகள் பறிக்கப்பட்டன.

துனீசிய போடரில் விசா இன்றி நாட்டுக்குள் நுழையமுடியாது என அதிகாரிகளால் சொல்லப்பட்டது. விமான ரிக்கற் விபரங்கள் சமர்ப்பிக்கப்பட்டும், அதுபற்றிய உறுதித்தன்மைகள் கோரப் பட்டன. அங்கிருந்து கம்பனியுடன் தொடர்பு கொள்வது, ஈ–ரிக்கற் விபரங்களை உறுதிசெய்வது போன்ற சமாச்சாரங்களை மேற்கொள்வதற்கு, அவர்களுக்குக் கணிசமான நேரம் தேவைப் பட்டது. அதன் பின்னரும் நேரம் கடத்தப்பட்டது. அவர்களது கைகளுக்கு ஏதாவது கொடுக்கும்வரை.

போடரிலிருந்து புறப்படும்போது இரண்டுமணி. மாலை ஐந்துமணிக்கு ஜேர்பாவிலிருந்து ஃப்ளைட். இருநூறு கிலோமீட்டர்கள் போக வேண்டும். கமால் வாகனத்தை ஸ்ராரட் செய்ததுதான் தெரியும். மரண ஓட்டம் ஓடினான். கரணம் தப்பினால் மரணம். அந்தமாதிரியான ஓட்டம். விமான நிலையத்தை அடைந்தபோதுதான் எனக்கு மூச்சு வந்தது.

நேரம் மட்டுமட்டாக இருந்தபடியால் கடைசியாக ஏதும் பேசிக்கொண்டிருக்க முடியவில்லை. ஒவ்வொருவராகக் கட்டித்தழுவி விடைபெற்றான் கமால். அவனைப் பிரியும்போது பிரியசாந்தவிற்குக் கண்ணீர் ததும்பி வழிந்தது. பிரிவாற்றாமையோ? அல்லது இவ்வளவு தொல்லைகளுக்கும் பிறகு வீட்டுக்குப் போய்ச் சேரப்போகிறோம் என்ற ஆனந்தக் கண்ணீராகவும் இருக்கலாம்.

○

சிறீலங்கா வந்ததும் ஓரிரு தடவைகள் கமாலுடன் தொடர்புகொள்ள முயற்சித்தேன். தொடர்பு கிடைக்கவில்லை. அவனும் தன் குடும்பத்துடன் துனீசியாவிற்குப் போய்ச் சேர்ந்திருக்கலாம். சில நாட்களில் வேறு அலுவல்கள் பிரச்சனைகளில் இயல்பாகவே கமாலை மறந்திருந்தேன்.

யுத்தம், கடாபியின் அரசாட்சியை முடிவுக்குக் கொண்டு வந்தது. மீண்டும் நவம்பர் மாதமளவில் லிபியாவுக்குப் போக வேண்டிய தேவை எனக்கு ஏற்பட்டது. திரும்பவும் வேலைகளைத் தொடங்குவதற்கான ஒழுங்குகளை மேற்கொள்ளுமாறு கம்பனி பணித்திருந்தது.

திரிப்போலி விமான நிலையத்தில் கமால் எனக்காகக் காத்திருப்பான் என்ற நினைவுடன் வந்து இறங்கினால் ... அவன் அங்கே இல்லை. எனக்காகப் பார்த்து நின்றவர், ஏற்கனவே லிபிய ஏஜன்ட்டில் கடமையாற்றிய எனக்கு அறிமுகமானவர்தான். கமால் பற்றி விசாரித்தபோது அவரிடமிருந்து சோகமான தொனியில் கிடைத்த பதில் என் அடிமனதில் நிழலாய் பதுங்கியிருந்துதான் என்றாலும் அவர் வாயால் கேட்கையில் என்னை அதிர்ச்சிக்குள்ளாக்கியது.

"கமால் யுத்ததின்போது குண்டுவீச்சில் கொல்லப்பட்டு விட்டான்."

யாத்ரா இலக்கிய இதழ் 2012

சுதாராஜ்

ஒரு துவக்கின் கதை

அப்போது அவனது அப்பாவிடம் ஒரு துவக்கு இருந்தது. துவக்குகளைப் பற்றிய பரிச்சயம் யாழ்ப்பாணத்தில் பெரிதாக ஏற்படாதிருந்த காலம் அது. அரசாங்கத்திலிருந்து உரிய முறையில் லைசன்ஸ் பெற்றவர்கள்தான் துவக்கு வைத்திருக்கலாம். அவ்வாறு அந்த வட்டாரத்திலேயே அவனது அப்பாவிடம் மட்டும்தான் துவக்கு இருந்தது.

வீட்டிலுள் அவனது கைக்கெட்டாத உயரமாக சுவரில் துவக்கு மாட்டிவைக்கப்பட்டிருக்கும். ஆனால் அது அப்பாவுக்கு எட்டும் உயரம். அதற்காகவென்றே சுவரில் பொருத்தப்பட்டுள்ள இரண்டு பெரிய ஆணிகளில் ஒன்றில் அதன் விசைப் பகுதியைக் கொழுவி, சற்று உயரமாகவுள்ள மற்ற ஆணியில் சுடுகுழாயைப் பொறுக்க வைத்து விட்டால் துவக்கு எடுப்பாகத் தோற்றமளித்துக் கொண்டிருக்கும். அறையின் ஜன்னல் திறந்திருந்தால் வெளிவிறாந்தையில் நின்றே துவக்கைக் காணலாம்.

விளையாட வரும் நண்பர்களைக் கூட்டிவந்து, அவன் ஜன்னலூடாகத் துவக்கைக் காட்டுவான். வகுப்பிலுள்ள சக மாணவர்களையும் இதற்காக வென்றே விளையாட வருமாறு வீட்டுக்கு அழைத்து வருவான்.

அவர்கள் கண்கள் ஆச்சரியத்தில் விரிய, 'அட அது உண்மைதான்!' எனப் பார்த்திருப்பார்கள். வீட்டிலிருக்கும் துவக்கைப்பற்றி அவன் நண்பர்களிடம் பல கதைகளை அளந்திருக்கிறான். இலக்குத்

தவறாமல் சரியாகச் சுடும் லாவகம் பற்றி விளக்கமளித்திருக்கிறான். 'இந்தப் பெரிய துவக்கை எப்படி நீ தூக்குவாய்?' எனப் பிரமிப்புடன் அவர்கள் கேட்பார்கள். 'அது அப்படித்தான் ...' எனச் சமாளித்துவிடுவான்.

எப்படிச் சுடுவது என அப்பா தனது நண்பர்களுக்கு விளக்கும்போது கவனித்திருக்கிறான். 'விசையைத் தட்டி வெடி தீரும்போது ஒரு எதிர்த் தாக்கம் இருக்கும். அப்போது கை தழும்பி இலக்குத் தவற வாய்ப்புண்டு. அதனால் துவக்கின் பிடிப் பகுதியை வாகாகத் தோள்மூட்டில் பதிய வைத்துக்கொள்ள வேண்டும்' என அப்பா தன் நண்பர்களுக்குக் கொடுத்த பயிற்சியை எல்லாம் அவன் தனது நண்பர்களுக்கு எடுத்துவிடுவான்.

இதனால் அவனுக்கு நண்பர்களிடையே ஒரு முக்கியத்துவம் ஏற்பட்டிருந்தது. வகுப்பிலும் சரி, விளையாடும்போதும் சரி, அவன்தான் லீடர். அவன் இட்டதுதான் சட்டம். விளையாடும் போது கன்னை பிரித்தால், அவனது பக்கம் சேர்ந்து கொள்ளத்தான் யாரும் விரும்பினார்கள். அவ்வளவு ஏன், ஆசிரியர்களிடமிருந்துகூட அவனுக்கு அடி விழுவதில்லை. அதற்கெல்லாம் அந்தத் துவக்கின் மகிமைதான் காரணம் என அவன் நம்பியிருந்தான்.

ஒரு வகையிற் பார்த்தால், அவன் கெட்டிக்கார மாணவனாகவும் இருந்தான். ஆசிரியர்கள் அவன்மேற் கொண்டிருந்த அன்புக்கு அதுவும் ஒரு காரணம். ஆறாம் வகுப்பு மாணவர்கள், கொடுத்த கணக்கைச் செய்யமுடியாது திணறினால், கணக்குப் பாடம் எடுக்கும் கனகசபாபதி மாஸ்டர் ஆள்விட்டு நாலாம் வகுப்பிலிருந்து அவனை அழைத்து வரச் சொல்வார். கரும்பலகையில் கணக்கை எழுதிவிட்டு, "சிவகுரு... இந்தக் கணக்கை இவங்களுக்குச் செய்து காட்டு" என்பார். அப்பாவின் பெயரைக் குறிப்பிட்டுத்தான் எப்போதும் அவர் அவனை அழைப்பது வழக்கம். அந்த அளவிற்குத் துவக்கு அப்பாவுக்கு விலாசம் கொடுத்திருந்தது.

கரும்பலகையில் அவன் கணக்கைப் போட்டு விடையை எழுதியதும், "கை தட்டுங்கோடா" என கனகசபாபதி மாஸ்டர் உற்சாகமூட்டுவார். வகுப்பு மாணவர்கள் எல்லோரும் கை தட்டுவார்கள். இவ்வாறு பெரிய வகுப்பு மாணவர்களிடையேயும் அவனது பிரபல்யம் பரவியது.

அந்தக் கதைகளை அப்பாவிடம் வந்து கூறினால் மகிழ்ந்து போவார். "அப்பிடித்தான், நல்லாய்ப் படிச்சு பெரிய இன்ஜினியராய் வரவேணும்" என அப்பா ஊக்கப்படுத்துவார்.

சுதாராஜ்

அப்பா அப்படி மகிழ்ந்து இலகுவாக இருக்கும் சந்தர்ப்பங் களில், "துவக்குச் சுடப் பழக்கிவிடுறீங்களா?" என்று கேட்கலாமா எனத் தோன்றும். சுடும்போது எதிர்த்தாக்கம் இருக்கும் என்று அப்பா சொல்லியிருக்கிறார். அது தன்னையே தள்ளி விழுத்திவிடுமோ தெரியவில்லை. அப்படியானால் இன்னும் வளர்ந்தபின்தான் அந்தத் துவக்கைத் தூக்கலாம். ஆனால் ஒருபோதும் அப்பாவிடம் அதுபற்றிக் கேட்டதில்லை.

அப்பா கண்டிப்பானவர்; காலையில் நேரத்துக்கு எழும்ப வேண்டும்; அந்த விடிகாலையிலேயே கண் தூங்காமற் படிக்க வேண்டும்; பழக்கவழக்கங்கள் சரியாக இருக்க வேண்டும்; இவை கொஞ்சமும் பிசகக்கூடாது. பாடசாலைத் தவணைப் பரீட்சையில் பின் தங்கினால், ரிப்போர்ட்டைப் பார்த்துவிட்டு விளாசல்தான். பூவரசங் கதியாலில் தடியை இழுத்துப் பிடுங்கினால், அது தும்பாகப் போகும்வரை அடிதான். அம்மா அழுது மன்றாடினாலும் விடமாட்டார். அதனாற்றானோ என்னவோ அவன் எப்போதும் வகுப்பில் முதல் மாணவனாகவே வந்துகொண்டிருந்தான். பாவம், அண்ணன்தான் வேண்டிக்கட்டுவான். இதெல்லாம் அப்பாவிடம் இயல்பாகவே ஒரு பயம் ஏற்படக் காரணமாயிருந்தது. ஏதாவது தேவையென்றால் அம்மாமூலம்தான் தூது அனுப்பிக் கேட்கமுடியும்.

அம்மாவிடம் கூறினால், "அந்தத் துவக்கை உன்னாலை தூக்கவே ஏலாதேடா" எனச் சிரித்து மழுப்பிவிடுவாள்.

அவ்வப்போது சில நாட்களில் அப்பா தனது நண்பர்களுடன் வேட்டைக்குப் போவார். அப்போது தன்னையும் கூட்டிப் போகமாட்ட ாரா என அவனுக்கு ஆவலாயிருக்கும். துவக்கு அப்பாவின் காரில் முன்னிருக்கையில் மேல் நோக்கியவாறு சாய்த்து வைக்கப்பட்டிருக்கும். போவோர் வருவோர் எல்லோருக்கும் அது கண்களிற் படும். இரவில் சாமத்திலோ, அடுத்த நாட் காலையிலோ திரும்ப வரும்போது அப்பா ஏதாவது மிருகங்களைச் சுட்டுக்கொண்டு வந்திருப்பார். அதைக் கட்டித் தூக்கித் தோலுரித்து அக்கம்பக்கத்தில் உள்ளவர்களுக்கும் நண்பர்களுக்குமாக, இறைச்சி பங்கு போடப்படும்.

அயலட்டையில் உள்ளவர்களெல்லாம் அப்பாவிடம் மதிப்பும் மரியாதையும் வைத்திருந்தார்கள். அவர்களுக்குள் ஏதாவது பிரச்சனையென்றால் தீர்வு காண்பதற்கு அப்பாவிடம்தான் வருவார்கள். தூர இடங்களிலிருக்கும் நண்பர்கள்கூட அப்பாவைத் தேடி வருவார்கள். அவரது பேச்சை மறுபேச்சின்றிக் கேட்பதற்கு யாரும் தயாராக இருந்தார்கள். காதல் பிரச்சனைகள் கல்யாணப்

பிரச்சனைகளைக்கூட அப்பா தீர்த்துவைத்திருக்கிறார். சீதனப் பிரச்சனையில் இழுபடும் திருமணங்களுக்குப் பண உதவியும் செய்வார். வீட்டில் கண்டிப்பானவரென்றாலும், வெளியில் அட்டகாசமாகச் சிரித்துப்பேசிக் காரியங்களைச் சாதிப்பதில் சமர்த்தர். யாராவது குடிமனைகளுக்கிடையில் அல்லது சாதிப் பிரச்சனைகளில் சண்டை சச்சரவு ஏற்பட்டாலும், அந்த வட்டாரத்துக் கிராமசேவகர்கூட அப்பாவைத்தான் கூட்டிப்போவார். சில இடங்களுக்குப் போனால் திரும்ப வர இரவாகிவிடும். ஊரிலுள்ள சண்டியர்களெல்லாம் அப்பாவுக்கு மடக்கம். சில விசர் நாய்களைச் சுட்டுத் தள்ளும் வேண்டுகோளும் அப்பாவுக்கு வரும். நாய்கள் எனக் குறிப்பிடுவது நிஜமான நாய்களைத்தான். அப்பா ஒருபோதும் மனிதர்களைச் சுட்டதில்லை.

சில வேளைகளில் அப்பா அவனையும் அண்ணனையும் வேட்டைக்கென்று கூட்டிப்போவதுண்டுதான். ஆனால் பெரிய அடர்ந்த காடுகளையும் காட்டுமிருகங்களையும் காணலாம் என்ற எதிர்பார்ப்புடன் போகமுடியாது.

"காடுகளுக்குள்ள உங்களைக் கூட்டிக்கொண்டு போகேலாது. ஒரு தடைவ நாங்களே வழி தவறி அலைஞ்சு திரிஞ்சனாங்கள்" என அப்பா ஞாயமும் சொல்வார்.

பாடசாலை விடுமுறை நாட்கள் அல்லது சில சனி ஞாயிறுகளில் சும்மா வேடிக்கை காட்டுவதற்காக, சிறியதும் பெரியதுமான பற்றைகள் நிறைந்த தரவை வெளிகள் போன்ற இடங்களுக்குத்தான் கூட்டிப்போவார். அவனுக்கு பெரிய மிருகங்களை, துவக்கு எப்படிச் சுட்டு வீழ்த்துகிறது என்று பார்க்க ஆசை. ஆனால் பற்றைகளுக்குள்ளிருக்கும் முயல்கள் அல்லது ஏதாவது நீர்ப் பறவைகள்தான் அம்பிடும்.

எவ்வளவு உயரத்தில் பறந்துகொண்டிருக்கும் பறவைகளைக் கூட கண் இமைக்கும் நேரத்தில் சுட்டு வீழ்த்திவிடுகிறது துவக்கு! வெடி வைத்தபின், அப்பா துவக்கை மடக்கித் திறந்து தட்டிவிட்டதும், தோட்டா வெறும் கோதாக வெளியே விழும். ஒரு விளையாட்டுப் பொருளைப் போலத் தோன்றும் அந்தச் சிறிய சிவந்த உருளையை அவன் எடுத்துச் சேர்த்துக்கொள்வான். புகை மணத்துடன் அதன் வாய் திறந்திருக்கும். அதனுள்ளிருந்து அவ்வளவு விசையுடன் சென்று பறவையைத் தாக்கியது என்ன என்று பார்க்க வேண்டுமென மனம் குறுகுறுக்கும். அப்பா வீட்டிலில்லாத ஒரு தருணத்தில் அந்தக் கள்ள வேலையைத்

சுதாராஜ்

தொடங்கினான். அண்ணனையும் அதற்குக் கூட்டுச் சேர்த்துக் கொண்டான். அப்படியானாற்றான் விஷயம் வெளியே கசியாமற் தப்பிக்கொள்ளலாம்.

தோட்டாக்கள் போட்டுவைக்கும் பெட்டியிலிருந்து ஒரு தோட்டாவை எடுத்துக்கொண்டு கோடிப் பக்கம் போனான். பக்குவமாக அதன் வாய்ப் பகுதியை நீக்கித் திறந்து பார்த்தபோது சிறிய குண்டுகளாக இருந்தன. அதன் பிறகுதான் பயம் பிடித்துக்கொண்டது. அதை என்ன செய்வது? திரும்பவும் உள்ளே குண்டுகளைப் போட்டு, பக்ட் பண்ணி ஏற்கெனவே இருந்தமாதிரி ஒரு அசுகையும் தெரியாமல் வைத்துவிடுவோமா? ஆனால் சரியாக பக்ட் பண்ணாவிட்டால் அந்த வித்தியாசத்திலேயே அப்பாவிடம் பிடிபட நேரிடும். அல்லது அதைத் துவக்கிலே போட்டுச் சுடும்போது, அது சரியாக வெடிக்காமல் அப்பாவுக்கு ஏதாவது ஆபத்து நேரிடவும்கூடும். செய்வதறியாது அண்ணனிடம் கேட்டான் "என்னடா செய்வம்?"

"எனக்குத் தெரியாது. நீதானே உடைச்சது..." – அண்ணன் ஒரே ஓட்டமாக ஓடிவிட்டான்.

அவனுக்கு ஒரு யோசனை தோன்றியது. குண்டுகளைத் திரும்பவும் தோட்டாவிற்குள் போட்டு நிரப்பி அடைத்து அப்படியே நிலத்தைத் தோண்டிப் புதைத்துவிட்டான். அண்ணனை ஒருமாதிரி வளைத்து யாருக்கும் சொல்லவேண்டாமென்று தடுத்துவிடலாமென்றுதான் நினைத்தான். ஆனால் அண்ணன் அரச தரப்புச் சாட்சியாக மாறி அம்மாவுடன் சம்பவ இடத்திற்கே வந்துசேர்ந்தான்!

அம்மா பதறிப்போனாள். 'அது நிலத்துக்குள்ள கிடந்து, ஆராவது தெரியாமல் மிதிச்சிட்டால் வெடிச்சிடுமோ தெரியாது' எனப் பயந்தாள்.

"அப்பிடியொண்டும் வெடிக்காதம்மா சும்மா பயப்பிடாதையுங்கோ" என அம்மாவைச் சமாதானப்படுத்தினான்.

ஆனால் அம்மா பயத்தில், அப்பா வந்ததும் விஷயத்தைக் கூறிவிட்டாள். அப்பாவிடமிருந்து விளாசல்தான் கிடைக்கப் போகிறது என அவனுக்கு மூத்திரமே போகும் போலிருந்தது. அப்பா அடிக்கவுமில்லை. ஏசவுமில்லை.

"நல்ல காலம். அது வெடிச்சிருந்தால் என்ன நடந்திருக்கும்." என எச்சரிக்கை மட்டும் செய்தார்.

உண்மையில் தனக்கு அன்றைக்கு நல்ல காலம்தான். அதுதான் அப்பாவிடமிருந்து அடி விழவில்லை என நினைத்துக் கொண்டான். தோட்டாவைத் திரும்பவும் தோண்டி எடுத்துக் கொஞ்சம் சரிசெய்து வானத்தை நோக்கிச் சுட்டு அதை செயலிழுக்கச் செய்தார் அப்பா.

சில நாட்களில் அப்பா துவக்கை அதன் இருப்பிடத்திலிருந்து எடுத்து சேவீஸ் பண்ணுவார். குழாய் வேறு பிடி வேறாகப் பார்ட்ஸ் பார்ட்ஸாகக் கழற்றித் துப்புரவு செய்து, எண்ணெயிட்டுத் துடைத்து வைப்பதுண்டு. அப்போதெல்லாம் அவன் அப்பாவுடன் கூட இருந்து உதவி செய்வான். தையல் மெசினின் வீல்களுக்குப் பாவிக்கும் எண்ணெயை அப்பாவிடம் எடுத்துக் கொடுப்பது, கழற்றப்பட்ட துவக்கின் பகுதிகளை பொலிஷ் செய்வது போன்ற தொட்டாட்டு வேலைகளைச் செய்வான். அவ்வேளைகளில் துவக்கின் ஸ்பரிசம் அவனுக்கு ஒருவித பரவசத்தை ஏற்படுத்தும்.

அந்தத் துவக்கு தனக்கே என்றாவது சொந்தமாகுமா?

இப்போது இல்லாவிட்டாலும் தான் வளர்ந்தபிறகாவது, அப்பா அந்தத் துவக்கைத் தனக்குத் தரக்கூடும் என்றே நினைத்துக் கொள்வான். ஆனால், அப்பா அதைத் தனக்குத் தருவாரா அல்லது அண்ணனுக்குத்தான் கொடுப்பாரா என்றும் தெரியவில்லை. அண்ணன் தன்னைவிட மூத்தவனாகையால் தனக்கு முதல் வளர்ந்துவிடுவான். அவனுக்குத்தான் வாய்ப்பு அதிகம் என்று தோன்றும். ஒருவேளை அண்ணனிடம் கேட்டால் தனக்காக விட்டுத் தந்துவிடுவான் எனத் தனக்குத்தானே சமாதானமும் அடைந்துகொள்வான். தோட்டாவைக் கண்டதுமே அண்ணன் அந்த ஓட்டம் ஓடுகிறான். அண்ணனாவது துவக்கை எடுத்துச் சுடுவதாவது!

நாட்டில் ஏதாவது குழப்பநிலை ஏற்பட்டால் அல்லது அப்படியான சாத்தியம் தென்பட்டால், துவக்குச் சொந்தக் காரர்கள் எல்லோரும் பொலிஸ் நிலையத்தில் துவக்குகளை ஒப்படைக்கவேண்டுமென அறிவித்தல் கொடுப்பார்கள். அப்பா அதற்காக வீட்டிலிருந்து துவக்கைக் கொண்டுபோகும்போது அவனுக்குக் கவலையாக இருக்கும்.

துவக்கு வைத்திருப்பவர்கள் கலவரத்தில் அவற்றை ஈடுபடுத்தாமல் கட்டுப்படுத்துவதற்காக அல்லது கலவரத்தைக் கட்டுப்படுத்துவதற்குப் பொலிஸ்காரர்களிடம் போதுமான துவக்குகள் இல்லாத காரணத்தால் பெற்றுக்கொள்கிறார்களாக இருக்கும் என யோசித்திருக்கிறான்.

அப்போதெல்லாம் பொலிஸ்காரர்கள் சுடுவது குறைவு. ஜீப் வாகனங்களில் துவக்குகளைச் சும்மா நிறுத்திப் பிடித்துக்கொண்டு வீதிவலம் போவார்கள். வெறுங்கையுடனுள்ள மக்களெல்லாம் அந்தக் காட்சிகளைப் பார்த்தே அடங்கிப்போய்விடுவார்கள் என்பது அவர்களது எண்ணமாயிருக்கலாம். அவனுக்கு அதெல்லாம் பெரிய விஷயமேயல்ல.

துவக்கைப் பொலிஸ் நிலையத்திற் கொடுத்தால் அதைத் திரும்பத் தருவார்களா என்ற கவலையே மேலோங்கி நிற்கும். அல்லது பொலிஸ்காரர்களின் அவதானமில்லாத கடுமையான பாவனையில் துவக்கு பழுதடைந்தும் போகலாம். ஒருவேளை திரும்பத் தரும்போது மாறுபட்டு வேறொரு துவக்குக் கிடைக்கவும்கூடும். இவ்வாறான சந்தேகங்கள் அவனுக்குத் தோன்றிக்கொண்டேயிருக்கும். எனினும் அதையெல்லாம் அப்பாவிடம் கேட்கமுடியாது. பாடசாலை விட்டுவந்ததும், சுவரில் அதன் இருப்பிடத்தைப் போய்ப் பார்ப்பான். எப்போது துவக்குக் கிடைக்கும் என்ற கேள்வி அவனை விட்டுப் போகாது.

துவக்கு திரும்ப வரும்போது ஜெயிலுக்குப் போய் வந்ததுபோல சோபை இழந்துபோயிருக்கும். தூசி படிந்தும் கீறல்கள் விழுந்துமிருக்கும். உடனேயே அதைத் துடைத்துத் துப்பரவு செய்து எண்ணெயிட்டு வைக்கும் வேலை தொடங்கிவிடும். சில தடவைகள் துவக்கு அப்படிப் போய்வந்ததில் அவனுக்கு அது பழக்கமாகப்போய்விட்டது. பெரிதாக அலட்டிக்கொள்ளத் தேவையில்லை. கொடுத்தால், சில வேளைகளில் ஐந்து ஆறு மாதங்களின் பின்னராவது திரும்பக் கிடைக்கிறது.

அப்படித்தான் நம்பிக்கொண்டிருந்தான். ஆனால் பின்னர் ஒரு தடவை வீட்டைவிட்டுப் போன துவக்கு, திரும்ப வரவே யில்லை. அப்போது நாட்டில் கலவரமோ குழப்பங்களோ ஏற்பட்ட காலமுமல்ல. இன்றைக்கு வரும் நாளைக்கு வரும் என அவன் பார்த்துப் பார்த்திருந்து ஏமாந்துபோனான். துவக்கிற்கு என்ன கதி நடந்திருக்கும் என நினைத்துநினைத்து மாய்ந்து போனான். துவக்கு பற்றிய நினைவுகள் அடங்கிப்போக மறுத்தன.

அம்மாவிடம்தான் அவ்வப்போது கேட்பான் "அப்பாவிட்டைக் கேளுங்கோ, துவக்கு எங்கையென்று."

அம்மாவுக்குச் சரியான பதில் சொல்லத் தெரியவில்லை. அம்மா அதுபற்றி அப்பாவிடம் கேட்கவுமில்லை. உண்மையைச் சொல்வதானால் அம்மாவுக்கு அதைப்பற்றிய கவலையே இல்லை. அவனுக்கு அம்மாவின்மீது கோபம்கூட ஏற்பட்டது. "அப்பாவுக்கு

உழைப்பில்லை. கஷ்டப்படுறார். துவக்கை ஒருவேளை விற்றிருப்பார். அதைப்பற்றிக் கேட்கக்கூடாது, கவலைப்படுவார் பாவம்!" – அம்மா அவனைச் சமாதானப்படுத்தினாள்.

அந்தக் கவலை அவனையும் பற்றிக்கொண்டது. அந்த நாட்களில் அப்பா கஷ்ட நிலையிற்தான் இருந்தார். அன்றன்றாடம் வீட்டுச் செலவுகளைச் சமாளிப்பதற்கே முடியாமலிருந்தார். அவனும் அண்ணன் தம்பிமார்களும் மேல் வகுப்புகளுக்கு வந்துகொண்டிருந்தார்கள். படிப்புச் செலவுகளையும் சரிக்கட்ட வேண்டியிருந்தது. எப்படியோ எல்லாவற்றையும் சமாளித்தாலும், முன்னர் இருந்த உற்சாகமும் அட்டாசமும் அவரிடம் குறைந்து தானிருந்தன. நண்பர்களும் அவரைத் தேடி வருவது குறைவு. அப்பா அவர்களிடமிருந்து தானாக ஒதுங்கிக்கொண்டாரா அல்லது அவரிடமிருந்து சுவறுவதற்கு எதுவுமில்லாமற் போனதும் நண்பர்கள் எல்லாரும் விலகிக்கொண்டார்களா என அவனுக்குப் புதிராயிருந்தது.

துவக்கு அப்பாவிடமிருந்த பலத்தையும் உற்சாகத்தையும் கொண்டுபோய்விட்டது என்றே அவனுக்குத் தோன்றியது. அவர் அதை விற்றிருக்கக்கூடாது.

அவன் இப்போது சிறுவனல்லன். உயர்வகுப்பு மாணவன். நல்லவை கெட்டவைகளைப் புரிந்துகொள்ளும் பக்குவநிலை அவனுக்கு வந்திருந்தது. துவக்கை விற்றுச் சீவிக்கவேண்டிய நிலைமை அப்பாவுக்கு வந்ததே எனக் கவலையடைந்தான். அவர் அந்தத் துவக்கை எவ்வளவு விரும்பியிருந்தார் என்பது அவனுக்குத்தான் தெரியும். அப்பாவுக்கு ஆறுதல் சொல்லித் தேற்ற வேண்டும். 'கவலைப்படாதீங்க அப்பா' என்று சொல்ல வேண்டும்.

அப்பாவின் கடுமையும் கண்டிப்பும் வீட்டிற்கூட அற்றுப் போனது. அது அவனுக்கு மிகுந்த கவலையை அளித்தது. பொருளாதார நெருக்கடிதான் அப்பாவை இந்த நிலைமைக்குத் தள்ளியிருக்கிறது, விரைவில் படித்து ஆளாகி, அப்பாவைக் உட்காரவைத்து உழைத்துக் கொடுக்க வேண்டும் என நினைத்துக்கொள்வான். விரைவில் என்றால்... அதற்கு ஒரு காலம் வேண்டாமா ..? கடவுளே, அதுவரை அப்பாவின் நிலைமை இன்னும் மோசமாகிவிடக்கூடாது! கஷ்ட நிலைமை சொல்லாமலே வந்து மனிதனைத் தள்ளி வீழ்த்திவிடுகிறது. அதைத் தாங்கும் சக்தி அப்பாவுக்கு இருக்கவேண்டுமே எனப் பிரார்த்தித்துக்கொள்வான். நிற்கும்போதும் நடக்கும்போதும

அப்பாவைக் காணும்போதும் கவலையும் பிரார்த்தனையும் மனதிற்குள் தோன்றிவிடும். அப்பாவின் சோகமெல்லாம் தனக்குள்ளும் தொற்றிக்கொண்டதுபோல உணர்ந்தான்.

வளர்ந்தவனாகிவிட்டாலும் சிறுபராயத்து நினைவுகள் அவ்வப்போது வந்து ஊசியைப்போலக் குற்றும். அந்தத் துவக்கின் நினைவில் மனது விம்மும். அதைத் தொட்டுத் துடைத்து நெஞ் சோடு அணைத்துத் தூக்கிச் செல்லும் நினைவுகள் வந்து ஒத்தடமும் கொடுக்கும். அப்பாவின் துவக்கு இப்போது யாருடைய கையில் இருக்கிறதோ என ஒருவித ஏக்க உணர்வும் படரும்.

அந்த நாட்கள் போயே போய்விட்டன!

○

ஒரு நாள் அவன் ஊரை விட்டும் அப்பாவை விட்டும் பிரிய நேர்ந்தது. மேற்படிப்பு, தொழில் வாய்ப்பு எனக் காலம் அவனை வேறுவேறு இடங்களுக்குக் கொண்டுபோனது.

நாட்டுக்குள் விதவிதமான துவக்குகள் வந்துசேர்ந்தன. எங்கும் துவக்குகள். எவரிடமும் துவக்குகள். அவை எல்லா வல்லமையும் கொண்டவையாயிருந்தன. ஜீப் வாகனங்களிற் போவோரும், துவக்குகளைச் சும்மா வடிவு காட்டுவதற்காக மட்டும் கொண்டுசெல்வதில்லை. வேட்டையாடுதல் நாட்டுக்குள்ளே அமோகமாக நடந்தேறியது. எங்கும் மனிதர்களே வேட்டையாடப்பட்டார்கள். மனித இறைச்சிகளை அவரவராகப் பங்கு போட்டுக்கொண்டார்கள்.

அப்போதெல்லாம் அவனுக்கு, சிறுவயதில் தான் அப்பாவின் துவக்குமீது ஒரு கவர்ச்சியுடன் கொண்டிருந்த பிரமை நினைவில் மேலேழுந்து வரும். எனினும் அது ஒரு பாதகமற்ற துவக்கு என்றே அவன் கருதினான். யாரையும் துன்புறுத்தாமல் சுவரில் மாட்டப்பட்டு எப்போதும் ஓய்வுநிலையில் இருந்த துவக்கு அது.

ஊரிலுள்ள தம்பியவர்களின் பாதுகாப்புப்பற்றி அப்பா கவலைப்பட்டு, அவனுக்கு அடிக்கடி வற்புறத்திக்கொண்டிருந்தார். "தம்பியவங்களையும் எங்கையாவது கொண்டுபோய்ச் சேர்த்துவிடு. தப்பியொாட்டி இருக்கட்டும்!"

அவனைப் போலவே தம்பியவர்களும் அப்பாவையும் அம்மாவையும் விட்டு ஒவ்வொரு திக்குகளாகப் பிரிந்து போயினர். ஊரைவிட்டு எங்கு போனாலும், ஒரு நாளைக்கு

அவன் ஊரோடு வந்து மணமுடித்துக்கொண்டு தங்களோடு இருப்பான் என அப்பா நம்பியிருந்திருக்கலாம். அதற்கு அவன் சம்மதிக்காது தனது காதல் விடயத்தை வெளிப்படுத்தியபோது அப்பா ஒதுங்கிக்கொண்டார். "உன்ரை விருப்பப்படி போய் செய்துகொண்டு எங்கையாவது இரு."

○

பத்துப் பதினைந்து வருடங்களைக் காலம் வலு கெதியாகக் கொண்டுபோனது. எப்போதாவது ஊருக்குப்போய் அப்பா அம்மாவைப் பார்த்துவருவான். நாட்டுநிலைமைகள் மோசமடைந்து பாதைத் தடைகள் பயணக் கஷ்டங்கள் எல்லாம் அவனை நிரந்தரமாகவே ஊரிலிருந்து பிரித்துவிட்டதுபோலிருந்தது. தொலைபேசித் தொடர்பு மட்டும் அவ்வப்போது மகன் என்ற கடமையை ஈடு செய்தது.

"உன்ரை பிள்ளையளைக் கூட்டிக் கொண்டுவந்து காட்டு." என அப்பா கேட்டுக்கொண்டிருந்தார்.

பிள்ளைகளை அழைத்துக்கொண்டு சேறு சகதிகளுக்குள் ளாகவும் கடலேரியூடாகவும் யாழ்ப்பாணத்திற்கு ஒரு பெரும் பயணம் போய்வரும் கஷ்டத்தை எண்ணிக் காலத்தைக் கடத்திக் கொண்டிருந்தான்.

ஒருநாள் அப்பாவே அவனது வீடு தேடி வந்துவிட்டார் அந்தத் தள்ளாத வயதில். எது எப்படியோ அது அவனுக்குப் பெரிய பேறு பெற்றுவிட்ட மகிழ்ச்சியை அளித்தது. பிள்ளைகளுடனும் அவனது மனைவியுடனும் என்றும் யாருடனும் இல்லாத அன்னியோன்யத்துடன் பழகினார். பிள்ளைகளை மடியில் இருத்திக் கதைகள் கேட்பார். அந்தமாதிரித் தங்களை அரவணைத்து அப்பா வளர்த்ததில்லையே என அவனுக்கு ஆச்சரியமாயிருக்கும். ஆறுதலாயிருக்கும்போது தனது பழைய நாள் நினைவுகளை அவனது மனைவிக்கும் பிள்ளைகளுக்கும் கதைகதையாகக் கூறுவார்.

பிரிந்திருந்த ஆதங்கத்தை, அந்த நாட்களை நினைவுகூர்வதன் மூலம் ஆறுதலடைகிறாராயிருக்கலாம் என அவன் எண்ணிக் கொள்வான். அப்போதுதான் அந்தக் கதையும் தெரியவந்தது.

அப்பா வழக்கம்போல வேட்டைக்குப் போய் வந்திருக்கிறார். சுட்டுக் கொன்று வந்த கொழுத்த முயலைத் தோலுரித்து வெட்டியபோது ... அதன் வயிற்றில் குட்டிகள்.

சுதாராஜ்

"பிள்ளையளுக்கும் சொல்லயில்லை. தாய்க்கும் சொல்ல யில்லை. நிலத்தைக் கிண்டி அப்பிடியே தாட்டுப்போட்டு. அண்டைக்கே துவக்கையும் கொண்டுபோய் பொலிஸ் ஸ்டேசனிலை குடுத்திட்டு வந்திட்டன்."

சொல்வதற்கு இனி எதுவும் மிச்சமில்லை என்பதுபோல அப்பா சற்றுநேரம் பேச்சற்று இருந்தார். கதையின் முடிவு அவன் எதிர்பார்த்திராது அந்தத் துவக்கின் கதையைக் கூறுவதற்கென்றே வந்தவர்போல, அடுத்தநாட் காலை அப்பா போய்விட்டார். காலையில் எழுந்து வழக்கம்போலத் தேகப்பயிற்சி செய்து உணவருந்திவிட்டு ஓய்வு நாற்காலியிற் சாய்ந்தவர் பிறகு எழவேயில்லை.

மல்லிகை இலக்கிய சஞ்சிகை 2011

உருளைக்கிழங்குகளும் வெங்காயங்களும் வெட்டப்படாமலே கிடந்தன

காலையில் விழித்தெழுந்ததும் கபினை விட்டு வெளியே வந்து சூரியன் எந்தப் பக்கத்தில் உதித்திருக்கிறான் என்று பார்த்தான். அவனுக்கு சூரிய நமஸ்காரம் செய்ய வேண்டும். ஊரிலென்றால் கிழக்குமுகம் பார்த்த வீடு. காலையில் முன் விறாந்தையில் நின்று பார்த்தால் காற்றிலசையும் தென்னோலைகளுக் கூடாக பளிச் பளிசென சூரியன் தோன்றிக்கொண்டு வருவான். அப்போதெல்லாம் அப்பா தலைக்கு மேலாகக் கையை உயர்த்தி சூரிய நமஸ்காரம் செய்யும்போது பார்க்க அவனுக்கு வேடிக்கையாயிருக்கும். இப்போது மனைவியையும் பிள்ளைகளையும் பிரிந்திருக்கும் தனிமையில் அவனுக்கும் கடவுள் வணக்கமும் பிரார்த்தனையும் தேவைப்படுகிறது.

கப்பலுக்கு வேலைக்கு வந்து இரண்டு வருடங்களுக்கும் மேலாகிவிட்டன. சிறீலங்காவில் யுத்தகாலத்தில் வேலைகளேதுமின்றி கஷ்டமும் கடனும் பட்டு வாழ்ந்த வாழ்க்கை வேணாமென்று போயிருந்தது. அதையெல்லாம் நிவர்த்திக்க முடியாதா என்ற நைப்பாசையிற்தான் கப்பலில்

வேலைக்கு வந்துசேர்ந்தான். ஒரு வருடம் வேலை செய்துவிட்டு ஊரோடு போய்ச் சேர்ந்துவிடலாம் என்றுதான் ஓர் உத்தேசம் இருந்தது. வருடங்கள் கடந்துகொண்டிருக்கின்றன. அவனது கடன் பிரச்சினைகள் தீர்ந்தபாடுமில்லை; வீட்டுக்குப் போய்ச் சேர்ந்தபாடுமில்லை.

கப்பற்றளத்தின் பின்பக்கமாக வந்து நின்று வானத்தைப் பார்த்தான். கப்பலில் பயணிக்கும்போது திசைகள் மாறி விடுகின்றன. முதல் நாள் பயணித்த திசை, காலையில் விழிக்கும்போது மாறியிருக்கும். கப்பல் வேறு ஒரு திசையில் போய்க்கொண்டிருக்கும். ஒரே திசையில் பயணித்தாலும் பாகைக் கணக்கிலேனும் பக்கங்கள் மாறிவிடும். கடலலைகளில் கப்பல் அசையும்போது சூரியனும் வானத்தில் ஏய்த்து விளையாடுவதுபோலிருக்கும். கருமேகங்களுக்குள்ளிருந்து சூரியன் வெளிப்படும்போது தோன்றும் ஒளிர்வு மனதில் ஒரு பரவசத்தை ஏற்படுத்தும். கைகளை உயர்த்தி வணங்கும்போது அவனுக்குக் கண்கள் கலங்கின. அது, அந்தச் சூரிய ஜோதியின் தாக்கத்தினாலும் மனைவி பிள்ளைகளை நினைத்த பிரிவாற்றாமையாலும் கிளர்ந்த ஓர் உணர்ச்சிவசமாயிருக்கலாம். அவன் மௌனமாகிப்போனான். அப்படியே கண்களை மூடி மனசு தியானித்தது. இது வழக்கமான சங்கதிதான். கப்பல் வாழ்வில் ஒவ்வொரு காலையும் கண் கலங்கலுடன்தான் புலர்கிறது.

சமையற்கூடத்திலிருந்து அயூப்கான் யன்னலூடு பார்த்து, அவனை சத்தம் போட்டு அழைப்பது கேட்டது. அயூப்கான் மட்டமான கிரேக்க தூஷனத்தில் திட்டியபடி அவனை அழைத்தான். அடுப்பிலிருந்து கொதியெண்ணை தெறித்துப் பட்டதுபோல சுர் என எரிச்சலேற்பட்டது தயானந்தனுக்கு. எனினும் கண்களை மூடி நிதானித்துப் பிரார்த்தனையைத் தொடர முயன்றான். மீண்டும் அயூப்கானின் குரல் அதட்டலாக ஒலித்தது. சட்டென சமையற்கூடத்தை நோக்கி ஓடினான்.

கப்பலில் சமையற்கட்டு உதவியாளனாக வேலைக்கு சேர்ந்தவன் தயானந்தன். அயூப்கான் முதன்மைச் சமையற்காரன். பாகிஸ்தான் நாட்டைச் சேர்ந்தவன். சமையற்கட்டுக்குள் நுழைந்த போது அயூப்கானிடமிருந்து மேலும் திட்டுகள் கிடைத்தன.

"சீஃப் என்ஜினியர் காலையிலேயே என்னை பன்றிக்குப் பிறந்தவனே என்று ஏசிவிட்டுப் போகிறான். நீ எங்கடா கிடந்தாய்? உன்னட வேலையையும் நானா பார்க்கோணும்?"

தயானந்தன் எதுவுமே பேசாது சாப்பாட்டு மேசையைத் துப்புரவு செய்யப் போனான். சீஃப் என்ஜினியரிடமிருந்து

அயூப்கானுக்கு நல்ல டோஸ் கிடைத்திருக்கிறது. அதனாற்தான் தன்மேல் இந்தமாதிரிப் பாய்கிறான். பன்றிமகன் என்று சொன்னால் யாருக்குத்தான் கோபம் வராது? நேரத்துக்கே டியூட்டிக்கு வராதது தனது தவறுதான் என எண்ணியவாறு மேசையிலிருந்த பிளேட்டுகளைக் கழுவுவதற்காக எடுத்தான்.

கப்பலில் கப்டன், சீஃப் என்ஜினியர், சீஃப் ஒபிசர் ஆகிய தரத்திலுள்ளவர்கள் கிரேக்க நாட்டவர்கள். இரண்டாம் தரத்திலுள்ளவர்களும் கிரேக்கியர்கள் அல்லது உக்ரேனியர்கள். அவர்கள் வரும்போது மேசையில் சாப்பாடு ரெடியாக இருக்க வேண்டும். சற்றுச் சுணங்கினாலும், ஆசிய நாட்டுக்காரன் ஏதோ இளக்காரமானவன் என்பதுபோலக் கத்தத் தொடங்கிவிடுவார்கள். காலைச் சாப்பாடு ஆறரை மணிக்கு முதலே ரெடியாகிவிட வேண்டும்.

யாருக்கு ஓம்லட், யாருக்கு சொஸேஜஸ், யாருக்கு ஜூஸ் தேவைப்படும், யாருக்கு பசும்பால் விருப்பம் இப்படியான அய்ட்டங்களுடன் ரோஸ்ற் பண்ணப்பட்ட பிறெட் என அவரவர்க்கான சீட்களில் அவரவர்க்கு உவப்பாக காலைச் சாப்பாட்டைச் சரிக்குச்சரியாக வைத்துவிடுவான் தயானந்தன். அந்தளவு சாதுர்யம் அயூப்கானுக்கு இல்லை. அவன் சமையல் வேலைக்கு மட்டும்தான் லாயக்கானவன். சில உக்ரேனியர்கள் சிறிய மீன்களைச் சமைக்காது பச்சையாகச் சாப்பிட விரும்புவார்கள். டீப் ஃபிறீசலிருந்து அவற்றை ஏற்கனவே எடுத்து சாப்பிடக்கூடிய பதத்திற்கு மென்மையாக்கி வைக்க வேண்டும். தயானந்தன் தாவரபட்சிணி. கருமம்... இதையெல்லாம் செய்ய வேண்டியிருக்கிறதே என அலுத்துக்கொண்டே அதையெல்லாம் செய்துவைப்பான். இவ்வாறெல்லாம் எண்ணியவாறு பிளேட்டுக்களையும் பாத்திரங்களையும் எடுத்துக்கொண்டு கழுவுவதற்காகச் சமையற்கூடத்துக்குள் வந்தபோது அயூப்கானின் கத்தல் தொடர்ந்தது.

"அத்தனை பேருக்கும் நானே குக்கிங் செய்து நானே சேவ் பண்ணவேண்டியிருந்தது. உன்னால்தானே நான் அவங்களிடம் ஏச்சு வாங்கினேன். உனக்கென்ன பயித்தியமா? சூரியனைப் போய் யாராவது பிறே பண்ணுவாங்களா? முட்டாள்."

அந்த 'பயித்தியமா?' என்று மட்டமாகக் கேட்டது, 'சூரியனை யாராவது வணங்குவாங்களா?' எனக் கேலி செய்தது, 'முட்டாள்' என்று சொன்னது எல்லாம் தயானந்தனின் நெஞ்சுக்குள் நெருப்பை மூட்டியது. அவனது கண்கள் விரிந்து சிவந்தன.

"என்னடா பார்வை? பயம் காட்டறயா?" – அரைகுறை ஆங்கிலத்தில் அயூப்கான் கத்தினான். அவன் கத்தும்போது தூஷண வார்த்தைகளும் தாராளமாக வந்துவிழும். தயானந்தன் அவற்றைக் காதில் போட்டுக்கொள்வதில்லை. ஆனால் இது வேறுமாதிரி சீற்றத்தை ஏற்படுத்தியது. அதற்கு ஒரு கணம் தேவைப்படவில்லை. "யூ பாஸ்ற்றார்ட் ..." அடக்கிக்கொண்டிருந்த கோபமெல்லாம் அவனது கட்டுப்பாட்டையும் மீறி வெடித்தது. அயூப்கான் இதை எதிர்பார்க்கவில்லை. ஒருவகையிற் பார்க்கப்போனால் தயானந்தன் தனக்குக் கீழாக வேலை செய்பவன். நோஞ்சான் உடம்புக்காரன். தன்னைப் பார்த்து இந்தமாதிரிக் கத்துகிறானே! மூர்க்கம் கொண்டவனைப்போல அவனை நோக்கி ஓடினான்.

தயானந்தனுக்கு செய்ய வழியொன்றும் தெரியவில்லை. அயூப்கான் என்றாலோ இரண்டு யானை பலம் கொண்ட ஆள். கழுவிக்கொண்டிருந்த பிளேட் தயானந்தனின் கையிலிருந்தது. ஒரு விசுக்கு விசுக்கினான். அயூப்கானின் கண்களுக்குச் சற்று மேலாக அவனது நெற்றியில் பிளேட்டின் விளிம்பு ஒரு வெட்டு வெட்டியது. இரத்தம் குபுக்கென கண்ணையும் மூடி வழிந்தது. அவனது கண்தான் போய்விட்டதோ என்று பயந்துபோனான் தயானந்தன்.

அயூப்கான் பெரிதாக மூசிக்கொண்டு தன் இரு கைகளாலும் தயானந்தனின் தோள்களைப் பிடித்து உலுக்கினான். தயானந்தன் திமிறிக்கொண்டு தலையினால் அவனது நெஞ்சில் ஒரு இடி போட்டான். அயூப்கான் அவனது வயிற்றில் பலமாக உதைத்துத் தள்ளிவிட்டான். தயானந்தன் சுவருடன் போய் தலை அடிபட விழுந்தான். 'அம்மா' என தலையிற் கையைப் போட்டுத் தடவினான். தலையில் இரத்தம் கசிந்து வந்தது. விழுந்த இடத்திலிருந்து உன்னி எழுந்து கையில் அகப்பட்ட கத்தியை எடுத்தான். அயூப்கான் சற்றும் தாமதியாது ஒரே பாய்ச்சலில் அவனது கைகளை மடக்கிக் கத்தியைப் பறித்து வீசிவிட்டு அலகில் அறைந்தான். தயானந்தன் ஒரு பக்கமாகச் சரிந்து விழுந்தான். அயூப்கான் அதே வேகத்தில் சமையற்கட்டை விட்டு வெளியேறினான்.

தயானந்தன் நிதானிக்க முயன்றான். காலையில் சூரிய நமஸ்காரம் குழம்பியது முதல் எல்லாம் ஏறுக்குமாறாக நடக்கிறது. இது எங்கே போய் முடியப்போகிறதோ தெரியவில்லை. நேரம் கடந்துகொண்டிருந்தது. வெளியேறிப்போன அயூப்கான் திரும்ப வருவானோ எனப் பார்த்துக்கொண்டிருந்தான். ஒரே சமையலறையில் இரண்டு முகங்களை வைத்துக்கொண்டு எப்படி

வேலை செய்வது? நிலைமையை எப்படிச் சமாளித்துக்கொள்ளலாம் என்றும் தோன்றவில்லை. பக்கத்திலிருந்த இருக்கையிலமர்ந்து யோசித்தான். பன்னிரண்டு மணிக்கு மதியச் சாப்பாட்டிற்கு வந்துவிடுவார்கள். சமையல் செய்ய வேண்டும்.

தயானந்தன் சமையற்கட்டு உதவியாளனாயிருந்தாலும் இன்னொரு வகையிற் பார்க்கப்போனால் அவனும் ஒரு சமையற்காரன் மாதிரித்தான். கப்பலிலுள்ள தொழிலாளர்களில் அரைக்கரைவாசிப்பேர் இலங்கையைச் சேர்ந்தவர்களாயிருந்தனர். அவர்களுக்கு, அவ்வப்போது சமையற்காரர்களாகக் கப்பலுக்குப் பணியேற்று வரும் பாகிஸ்தானைச் சேர்ந்த அல்லது உக்ரேனைச் சேர்ந்த சமையற்காரர்களின் சமையற் சாப்பாடு சரிப்பட்டு வருவதில்லை. இந்தப் பிரச்சனை பற்றிய அவர்களது முறைப்பாடு கப்டனுக்கு எப்போதும் ஒரு தொல்லையாயிருந்தது. அதைச் சமாளிப்பதற்காக இலங்கைத் தொழிலாளர்களுக்கான சமையலைச் செய்யுமாறு தயானந்தனைப் பணித்திருந்தார். அதற்காக அவனுக்கு மாதாந்தம் சம்பளத்துக்கு மேலாக ஐம்பது டொலர் அலவன்ஸாகக் கொடுப்பார்.

அயூப்கானின் சமையலுக்குத் தேவையான வெங்காயம் மிளகாய் வெட்டுதல், பாத்திரங்களைக் கழுவி ரெடி பண்ணிக் கொடுத்தல் போன்ற எடுபிடி வேலைகளைச் செய்து கொடுத்துவிட்டு தனது சமையலைத் தொடங்குவான் தயானந்தன். அடுப்புவசதி கருதி அயூப்கான் முதலில் தனது சமையல் வேலையையும் அதன்பின்னர் தயானந்தன் சமையல் செய்வதாகவும் ஓர் ஒழுங்குமுறையை ஏற்படுத்திக்கொண்டிருந்தார்கள். தயானந்தன் வெஜிட்டேரியனானபடியால் மீன், இறைச்சி போன்ற மச்சமாமிசங்களை வெட்டித் துப்பரவுசெய்து சமையற் பாத்திரத்திலிட்டுக் கொடுப்பது அயூப்கானின் வேலை என்றும் அவர்களுக்குள் ஒரு புரிந்துணர்வு இருந்தது.

எல்லாம் நல்லாய்த்தான் போய்க்கொண்டிருந்தன. இப்போது ஏற்பட்ட குழப்ப நிலைமையை எப்படிச் சமாளிப்பது? இன்றைக்கு சிக்கன் சமைக்க வேண்டும். அயூப்கான் இனி அந்த வேலைகளைச் செய்து தருவானோ என்னவோ எனத் தயானந்தன் யோசித்துக்கொண்டிருந்தபோது, அயூப்கான் தனது நெற்றிக் காயத்துக்கு மருந்திட்டு பிளாஸ்டர் ஒட்டிய தோற்றத்துடன் வந்தான். இன்னொருவர்மூலம் கப்டனிடமிருந்து தயானந்தனுக்கு அழைப்பு வந்தது.

பாகிஸ்தான்காரன் போட்டுக் கொடுத்துவிட்டான் போலிருக்கிறது. என எண்ணியவாறு கப்டனின் அறைக்குப்

போனான். கிரேக்க முறைப்படி விதம் விதமான ஸ்வீட்கள் செய்யக்கூடியளவிற்கு அயூப்கான் பயிற்றப்பட்ட சமையற்காரன். அவ்வப்போது கப்டனுக்குப் பிடித்த அய்டங்களைச் செய்து கொடுத்து அவரிடம் நல்ல பெயர் சம்பாதித்து வைத்திருந்தான். என்ன ஆகுமோ என்ற பதற்றத்துடன் கப்டனுக்கு முன்னே வந்தபோது அவர் அவனது எந்த விளக்கத்தையும் கேட்கத் தயாராயில்லை. சக தொழிலாளியைத் தாக்குவதற்காகக் கத்தியைத் தூக்கியதென்பது பாரதூரமான குற்றம் என தயானந்தனை எச்சரித்து நூறு டொலர் தண்டம் விதித்து அனுப்பிவைத்தார். அந்தத் தொகை அவனது அந்த மாதச் சம்பளத்தில் வெட்டப்படும்.

தயானந்தன் சோர்ந்துபோனான். வீட்டு நினைவு வந்தது. அவர்களையெல்லாம் பிரிந்து வந்தது அவர்களுக்காக உழைத்துச் சம்பாதிப்பதற்காகத்தான். இப்படி ஒரு பெரிய தொகை அநியாயமாகத் துண்டு விழுவதைத் தாங்கிக்கொள்ள முடியவில்லை. நூறு டொலர் என்பது அவனைப் பொறுத்தவரை பெரிய தொகைதான். தானும் கிட்டத்தட்ட அயூப்கான் செய்கிற அதேயளவு வேலையைத்தான் செய்கிறேன், ஆனால் அவனுக்குத் தன்னைவிட மூன்று நான்கு மடங்கு அதிகமான சம்பளம் கிடைக்கிறது. தான் இரண்டோ மூன்று வருடங்களில் உழைக்கும் தொகையை அவன் ஆறோ ஏழு மாதங்களில் சம்பாதித்துக்கொண்டு போய்விடுவான். சிறீலங்காவிலுள்ள ஏஜன்ட்டுகள் எங்களை ஏய்த்துக் குறைந்த சம்பளத்துக்குக் கொண்டுவந்து மாட்டிவிடுகிறார்கள். இவ்வாறான கவலைகள் தயானந்தனுக்கு அவ்வப்போது தோன்றுவதுண்டு. இப்போது நூறு டொலர் இழப்பு அவனை அவ்வாறானதொரு சலிப்புணர்வுக்குட்படுத்தியது. தான் வீணாக அவசரப்பட்டுச் சண்டைக்குப் போய்விட்டேனோ என்று தோன்றியது. பேசாமல் இருந்திருக்கலாம். திரும்பப்போய் அயூப்கானுக்கு முகம் கொடுப்பதற்கே எரிச்சலாயிருந்தது. சமையற் கட்டுக்குப் போகாது கப்பலின் வெளித்தளத்திற் போய் அமர்ந்தான். மனநிலையை மாற்ற வேண்டும்.

கடல், அலை பாய்ந்துகொண்டிருந்தது.

நீண்ட கடற்பயணம். ருமேனியாவிலிருந்து இந்தோனேசியா போய்ச்சேர இருபத்தெட்டு நாட்களாகுமெனக் கப்டன் கூறியிருந்தார். ஏற்கனவே பதினான்கு நாட்களாக கப்பல் இரவுபகலாகச் செயலித்துக்கொண்டிருக்கிறது. கண் பார்க்குமிட மெல்லாம் கடல். மண்ணும் மரங்களும் மனிதர்களும் அற்ற

கடல்நீரினால் மட்டுமான உலகத்தில் சஞ்சாரம்போல அவனுக்கு ஒரு மயக்கம். ஐந்தோ ஆறாயிரம் மீட்டர்கள் ஆழமான சமுத்திரத்தில் இத்தனூண்டு கப்பல் மட்டும் போய்க் கொண்டிருப்பதுபோல மனதில் ஒருவித படபடப்பு. இந்து மகா சமுத்திரத்தில் பயணிக்கையில் நாட்கணக்காக வேறு எந்தக் கப்பலையேனும் காண்பதே அரிதாயிருக்கிறது. நெஞ்சில் வந்துமோதும் அலைகள். காற்றின் வீச்சு அதிகரித்துக் காலநிலை குளறுபடியாகும் வேளைகளில் வயிற்றையே கலக்குவதுபோல கப்பலை ஆட்டிப்படைக்கிறது கடல். அப்படியே கப்பலைக் கவிழ்த்துவிடுமோ என்றுகூடப் பயமேற்படுகிறது.

எஞ்சின் இயக்கத்தின் சத்தத்தையும் கடலோசையையும் தவிர இந்த உலகில் வேறு அசுமாத்தம் ஏதுமற்றுவிட்டதைப் போன்ற தனிமையுணர்வு. கப்பலில் எத்தனைபேர் வேலை செய்தாலும் வேறுவேறு நாடுகளில் இருந்துவந்தவர்கள், அல்லது ஒரே நாட்டவரானாலும் வேறு வேறு பிரதேசங்களைச் சேர்ந்தவர்கள் தொழில்நிமித்தம் ஒன்றாகச் சேர்ந்திருந்தாலும் அவரவர்க்கு அவரவர்க்கான பிரச்சனைகள். என்ன ஏது என்று கேட்பதற்கு, தனக்கு ஆறுதல் கூறுவதற்கென்று யாராவது ஒருவரேனும் வரவில்லையே என்று தோன்றியது தயானந்தனுக்கு. அவரவர் தங்கள் கடமைகளில் ஈடுபட்டிருக்கலாம். சாப்பாட்டு நேரத்தில் வரும்போது விசாரிப்பார்கள். எனினும் ஏதோவொரு வகையில் தனிமைப்பட்டுப்போயிருப்பது போன்ற உணர்வுதான்.

அலைகள் அந்தப் பக்கமும் இந்தப் பக்கமுமாக தாலாட்டுவது போலக் கப்பலை அசைத்துக்கொண்டிருக்கின்றன. கண்கள் சொருக அப்படியே பெஞ்சிற் சாய்ந்தவாறு தூங்கிப்போனான் தயானந்தன்.

ஒரு மணித்தியாலம்கூட ஆகியிருக்காது. யாரோ முதுகிற் தட்டினார்கள். திடுக்குற்று விழித்ததும் தான் எங்கிருக்கிறேன் என்று புரியாது தடுமாற்றமாயிருந்தது. எதிரே நின்றவன் அவனைக் கப்டன் அழைப்பதாகக் கூறினான். சமையற்கட்டுக்குப் போகாது தூங்கிப்போய்விட்டது அப்போதுதான் மனதில் உறைத்தது. உனக்கு இது தேவையாடா எனத் தன்னையே வைதவாறு கப்டனின் அறைக்குப் போனான். சமையற்கட்டுக்கு வந்து உதவிகளைச் செய்து தராது வெளியே போய் தூங்கிக்கொண்டிருப்பதாக அயூப்கான் முறையிட்டிருக்கிறான். உனது டியூட்டியை ஒழுங்காகச் செய்யாவிட்டால் இன்னும் ஐம்பது டொலர்கள் தண்டமாக வெட்டவேண்டியிருக்கும். தொடர்ந்தும் கப்பலில்

வேலை செய்ய விருப்பமா இல்லையா என்று கேட்டார் கப்டன். 'அப்படியென்றாற் சொல்லு, அடுத்த போர்ட்டில் சைன் ஓஃப் செய்யலாம்.'

நல்ல கதைதான். வேலையை விட்டு வீட்டுக்குப்போய் என்ன செய்வது? என்னை மன்னிச்சுக்கொள்ளுங்கள் சாமி. நான் சமையற்கட்டுக்குப் போய்விடுகிறேன் எனப் பணிவு பண்ணிக்கொண்டு திரும்பினான் தயானந்தன்.

மனக்கவலையுடன் சென்று காற்றோட்டமாக அமர்ந்ததும் தூக்கம் கண்களைத் தழுவிக்கொண்டுவிட்டது. அது ஒரு குற்றமா? அதற்கு ஐம்பது டொலர்கள் தண்டமா என எண்ணியபோது உண்மையிலேயே மனம் வீம்பு கொண்டமாதிரியிருந்தது.

சமையற்கட்டில் அயூப்கானுக்கு முகம் கொடுக்காமல் வெடுக்வெடுகென மறு மறு பக்கமாகத் திரும்பினான். அயூப்கானின் சமையலுக்குத் தேவையான உருளைக்கிழங்குகளும் வெங்காயங்களும் வெட்டப்படாமல் மேசையிற் கிடந்தன. தக்காளியையும் சலாட் இலைகளையும் கழுவி வைக்க வேண்டும். தயானந்தன் அந்த வேலைகளைச் செய்யவில்லை.

அயூப்கானும் இதைக் கழுவு அதை வெட்டு என வழக்கம் போல ஏவவுமில்லை. தயானந்தனின் அன்றைய சமையலுக்கான சிக்கனைக் குளிரறையிலிருந்து எடுத்துவந்து சுத்தம் செய்து தரவேண்டியவன் அயூப்கான். அந்த வேலையை அவன் செய்யவு மில்லை.

அயூப்கான் அடுப்பில் இறைச்சியைப் பதப்படுத்தி வேகவைத்திருந்தான். இன்னொரு அடுப்பில் சூப் தயாராகிக் கொண்டிருந்தது. அவற்றை அப்படியே விட்டு வெளியேறிப் போனான். தயானந்தனுடன் ஏதும் பேசவுமில்லை. மற்றய நேரமென்றால் ஏதாவது அலுவலாக வெளியே போகும்போது அடுப்பைக் கொஞ்சம் பார்த்துக்கொள் எனக் கூறிவிட்டுச் செல்வான். தன்னோடு முகம் கொடுத்துப் பேசுவதற்கு அவனுக்கும் சங்கடமாயிருக்கலாம். அதனாற்தான் பேசாமர் போகிறான் என தயானந்தன் தனக்குள்ளே நினைத்துக்கொண்டு நின்றான்.

பத்துப் பதினைந்து நிமிடங்கள் கடந்திருக்கும். அயூப்கான் வந்து சேரவில்லை. அடுப்பில் வைத்த இறைச்சியை இறக்கி வைப்பதற்காகவென்றாலும் வரத்தானே வேண்டும். அதன்

பிறகுதான் தனது சமையலைத் தொடங்கலாம் எனப் பார்த்துக் கொண்டிருந்தான் தயானந்தன். அவனுக்குக் கொஞ்சம் தயக்கமாகக்கூட இருந்தது. திரும்பவும் தன்னைப்பற்றி போட்டுக் கொடுக்கத்தான் கப்டினிடம் போய்விட்டானோ..? உருளைக்கிழங்குகளையும் வெங்காயங்களையும் வெட்டித் தரவில்லை என்று முறைப்பாடு செய்வதற்காகவும் போயிருக்கலாம். இன்னொரு ஐம்பது டொலர்களை இழப்பதற்கு அவன் சம்மதமாக இல்லை. செய்துகொண்டிருந்த மற்ற அலுவல்களை விட்டு நல்ல பிள்ளையைப்போல, அயூப்கான் எடுத்து வைத்திருந்த உருளைக்கிழங்குகளையும் வெண்காயத்தையும் வெட்டி வைப்பதுதான் உத்தமம் என்று தோன்றியது. சலாட் இலைகளையும் தக்காளியையும் கழுவிச் சுத்தம்செய்து பிளேட்களில் அடுக்கிவைக்க வேண்டும்.

இறைச்சிச் சட்டியில் தண்ணீர் வற்றி எரிவு மணம் வந்தது. மடையன் . . . செய்த சமையலையும் மறந்துபோய் நிற்கிறானே. தயானந்தனுக்குச் சந்தேகமாயிருந்தது. ஏதாவது உட்காரணத்துடன்தான் வராது நிற்கிறானோ? தன்னை இன்னும் ஒரு பிரச்சனையில் மாட்டிவிடும் நோக்கமாயிருக்கலாம். சட்டியை இறக்கி வைத்தான். கோபம் பற்றிக்கொண்டு வந்தது. அயூப்கான் சொல்வதைக் கேட்டு கப்டன் தன்மீது பாயத் தொடங்கிவிடுவார். தானும் போய் தனது பக்க நியாயங்களைப் பேச வேண்டுமென வேகமடைந்தான். செய்த அலுவல்களையெல்லாம் அப்படியே விட்டு வெளியேறினான். கப்டனின் கபின் மேலே மூன்றாவது தளத்திலிருந்தது. ஒவ்வொரு படியாக ஓடியோடி ஏறினான்.

இரண்டாவது தட்டில் கால் வைத்தபோது ஒரு சந்தேகம் தோன்றியது. ஒருவேளை அயூப்கான் குளிரறைக்குப் போயிருப்பானோ? தனது சமையலுக்குத் தேவையான சிக்கினை எடுத்து வருவதற்காகப் போயிருக்கலாம்.

கப்பலின் குளிரறையில் மாதக் கணக்காகத் தேவைப்படும் இறைச்சி வகைகளும் இதர மீன் வகைகளும் வைக்கப்பட்டிருக்கும். பொதுவாக மைனஸ் பதினேழு டிகிரி செல்சியஸ் அளவான உறைகுளிரில் அவை எப்போதும் பழுதுபடாமலிருக்கும். அவ்வப் போது சமையலுக்குத் தேவையானவற்றைக் கதவைத் திறந்து உள்ளே சென்று எடுத்துக்கொண்டு திரும்பக் கதவைப் பூட்டிவிட்டு வருவதுண்டு. குளிரறையினுள் குளிர் இழுப்பைத் தவிர்ப்பதற்காக உள்ளே செல்லும்போதும் கதவைத் தாளிட்டுவிட்டு சென்று கைச்சுறுக்காகத் தேவையானவற்றை எடுத்துக்கொண்டு வெளியே வருவார்கள்.

ஆனால் குளிரறைக் கதவில் அண்மையில் ஒரு கோளாறு ஏற்பட்டிருந்தது. கதவைத் தாளிட்டால் அது தானாக லொக் ஆகிவிடும். உள்ளேயிருந்து திறக்கமுடியாதபடி உடைவு ஏற்பட்டிருந்தது. அந்தப் பழுதடைவை அடுத்த துறைமுகத்திற்குப் போனபினனர்தான் திருத்தியமைக்கலாம். அதுவரை அவதானமாகச் செயற்படும்படி கப்டன் பணித்திருந்தார். குளிரறைக்குச் செல்லும்போது இரண்டுபேருமாகச் செல்ல வேண்டும். 'கதவைத் தாளிட வேண்டாம் ... ஒருவர் உள்ளே போய் அயிட்டங்களை எடுத்து வரும்வரை வெளியே மற்றவர் காத்து நிற்க வேண்டும்' எனக் கூறியிருந்தார்

அயூப்கான் அதற்குள்ளேதான் போய் மாட்டிக்கொண்டு விட்டானோ? அவன் அந்தளவுக்கு முட்டாள் இல்லை என்பதும் தயானந்தனுக்குத் தெரியும். ஆனால் புத்திசாலித்தனமெல்லாம் கோபாவேசப்படும்போது வேலை செய்வதில்லைத்தானே?

உள்ளே போகும்போது அறைக்கதவை வெளியே இழுத்துக் கொழுவிவிடக்கூடிய ஒரு தற்காலிக ஏற்பாட்டையும் ஏற்கனவே செய்திருந்தார்கள். வெளியே கொழுவியில் கதவை இழுத்து மாட்டிவிட்டுப் போயிருந்தாலும், கப்பலின் அசைவாட்டத்தில் அது விடுபட்டு கதவு தானாக மூடிக்கொண்டிருக்குமோ?

அப்படி ஆகியிருந்தால், இவ்வளவு நேரமும் அதற்குள் அடைபட்டிருந்தால், அந்த உறைகுளிரில் செத்துப்போயிருப்பானே!

அந்த நினைவு தோன்றியதும் தயானந்தனின் உடல் ஒருமுறை குலுங்கி அதிர்ந்தது. படிகளில் ஏறிய அதே வேகத்தில் இறங்க முற்பட்ட போது தடுமாறி விழுந்தான். குளிரறை கப்பலின் அடித் தளத்திலிருந்தது. விழுந்தெழும்பி மூச்சிரைக்க இரைக்க பாய்ச்சல்பாய்ச்சலாகப் படிகளில் இறங்கி ஓடினான். குளிரறைக் கதவு பூட்டப்பட்டிருந்தது. அப்பாடா என ஓர் ஆறுதல்.

அயூப்கான் இங்கு வந்திருக்கவில்லை என எண்ணித் திரும்பினான். அதற்கு முன், கதவை ஒருமுறை தட்டிப் பார்க்கலாம் எனத் தோன்றிய அதே கணத்தில், உள்ளிருந்து தடதடவெனச் சத்தங்கள் கேட்டன.

தயானந்தனுக்கு மூச்சே நின்றுவிடும் போன்ற பயம். சட்டென பூட்டைத் திருகிக் கதவை இழுத்துத் திறந்தான். உள்ளே அயூப்கான் நின்ற நிலையிலேயே துள்ளித்துள்ளி மூச்சு வாங்கிக்கொண்டிருந்தான். தனது உடலின் வெப்பத்தைத் தக்க வைத்துக்கொள்வதற்காக துள்ளல் செய்தும் குனிந்து

நிமிர்ந்தும் இயங்கியபடியே நின்றிருக்கிறான். எனினும் இயக்கமற்றுப்போனவன்போலத் தோன்றினான்.

திறந்த கதவினூடாக அய்யூப்கான் கைகளை நீட்டிக்கொண்டு முன்னே சரியவும் தயானந்தன் அவனைத் தாங்கிப் பிடிக்கவும் சரியாகவிருந்தது. அய்யூப்கானின் மூச்சு இயல்பு நிலையடைந்து தலை நிமிரும்வரை அவனைத் தனது தோளில் தாங்கிக்கொண்டு நின்றான் தயானந்தன்.

ஞானம் இலக்கிய சஞ்சிகை நவம்பர் 2016

சுதாராஜ்

எந்த முகம்?

அந்த முகம் எந்த முகமென்பது உண்மையிலேயே எனக்கு நினைவிலில்லை. சில நாட்களுக்கு முன்னர் ஒருநாள் அவர் என்னைக் காண வந்திருந்தார். அப்போது நான் எனது புத்தகக் கடையின் பின் அறையில் சில கடமைகளில் ஈடுபட்டிருந்தேன். மதியம் பன்னிரண்டு மணியிருக்கும். கடையிற் பணிபுரிபவர் என்னிடம் வந்து அவரது வருகையைப் பற்றிக் கூறினார்.

"யாரோ உங்களைத் தேடி வந்திருக்கிறார் .. !"

"யாரது .. ?"

"தெரியாது... காலையிலும் வந்து தேடியிட்டுப் போனார்."

நான் எழுந்து வெளியே வரவில்லை.

அவரது வருகை ஏதாவது அலுவல் காரணமாகவிருந்தால், அவருடன் கதைத்துச் செலவிடப்போகும் நேரம், எனது வேலைகளைத் தடை செய்யக்கூடும் என நினைத்தேன். இது மனதுள்ளே சற்று எரிச்சலையும் தந்தது. இதனால் முன்னே வந்திருப்பவர் யாரென்று எழுந்து பார்க்க வேண்டுமென்ற ஆர்வம் ஏற்படாமலிருந்தது.

"கொஞ்சம் இருக்கச் சொல்லுங்க ..." எனக் கூறிவிட்டு எனது வேலைகளில் தொடர்ந்தும் ஈடுபட்டேன்.

சற்று நேரத்தில் பணியாளர் திரும்பவும் வந்தார்.

"அவர் உங்களைப் பார்த்துக்கொண்டிருக்கிறார்." அதாவது காத்துக்கொண்டிருக்கிறார் எனும் தொனியில், பணியாளர் என்மேல் சற்றுச் சினப்பட்டதுபோலுமிருந்தது. அதாவது பணியாளருக்கும் எனது அலட்சியம் பொறுக்கவில்லைப் போலிருந்தது.

எழுந்து வெளியே எட்டிப்பார்த்தேன். கடை வாசலில் அவர் நின்றிருந்தார். தலையில் குல்லா (தொப்பி) அணிந்திருந்தார். வயதானவர். என்னைக் கண்டதும் முகம் மலர்ந்து (அப்படி நினைத்துக்கொண்டேன்) வாய் நிறைய சிரிப்பை வெளிக்காட்டினார்.

ஏற்கனவே நான் வெளியேறி வராமலிருந்தமைக்கு ஓர் உட் காரணமுமிருந்தது. இப்படித்தான் யார்யாராவது அவ்வப்போது வந்து ஏதோ ஏதாவது காரணங்களைக் கூறி ஏதாவது உதவி கேட்பார்கள். ஏதாவது என்ன, அவர்கள் மேற்கொள்ளப்போகும் ஏதாவது காரியங்களுக்காக அவர்களுக்குப் பணத் தேவை ஏற்பட்டிருக்கும்.

அவரை எங்கோ பார்த்த ஞாபகம் போலிருந்தது. ஆனால் நினைவுக்கு வரவில்லை. பதிலுக்கு நானும் சிரித்தேன்.

எனினும் உடனே அவருக்கு அண்மையாகப் போகவில்லை. அவர் யாரென்று ஊகித்தறிவதற்கு சற்றுக் கால அவகாசம் தேவைப்பட்டது.

"நில்லுங்க வாறன்" எனக் கைச் சைகையில் காட்டிவிட்டு சில அலுவல்களில் ஈடுபட்டேன். அப்படி அலுவல்கள் செய்வதுபோலப் பாசாங்கு செய்தேன் என்பதுதான் உண்மை. வந்தவர் யாராக இருக்குமென நினைவுகளை மீட்டுப் பார்க்கத் தொடங்கினேன்.

அவரை முன்னர் எங்காவது எப்போதாவது கண்டிருக்கிறேனா? அல்லது அது எனது மனப் பிரமையா என்று தோன்றியது. அவரைப்போல இன்னொருவரைக் கண்டிருக்கலாம். குல்லா அணிந்த, வயதான, மழிக்கப்படாத முகத் தோற்றத்துடன் அன்றாடம் பலரைக் காண்கிறேன். முன்பின் அறிமுகமில்லாத ஒருவராயிருந்தால் எதற்காக வந்திருப்பாரோ?

அவரது யாசிக்கும் கண்கள், அவர் ஏதோ தேவைகருதி வந்திருப்பார் என்றுதான் கூறின. சற்று நேரத்தைக் கடத்தினேன். 'கடைக்'கண்ணால் கடைவாசலில் நிற்பவரை நோட்டம் விட்டவாறே கடையிற் பணிபுரிபவர்களுக்கு "இதைச் செய்..!" "அதைச் செய்..!" எனக் கட்டளைகள் இட்டுக்கொண்டிருந்தேன்.

அதாவது நான் படு பிஸியாக இருக்கிறேனாம் என அவருக்குக் காட்டும் முயற்சி. அவர் என்னையே ஆவலுடன் பார்த்துக் கொண்டிருந்தார்.

அவர் எனது தந்தையாரின் கூட்டாளியாக இருப்பாரோ என்ற சந்தேகம் தோன்றியது. எனது தந்தை அண்மையிற்றான் காலமானார். புத்த நிலைமைகள் காரணமாக இலங்கையின் வடகிழக்கிலிருந்து மக்கள் திக்குத்திக்காக இடம்பெயர்ந்து பல வருடங்கள் ஆச்சு. தங்களது நெஞ்சுக்கு நெருக்கமானவர்கள், நண்பர்கள். உறவினர்களது மரணச் செய்திகள்கூட காலம் கடந்துதான் அவர்களைச் சென்றடைகின்றன. எனது தந்தையார் இறந்தபிறகு பல நாட்களான பின்னரும், துக்கம் விசாரிக்க என ஒருசிலர் வந்துபோயிருக்கிறார்கள். இவரும் அப்படிப்பட்ட ஒருவராயிருக்குமோ?

புத்தளம் கற்பிட்டி வீதியில், நுரைச்சோலைக்கு அண்மையாக உள்ள இடம்பெயர்ந்தோர் முகாமொன்றில் எனது தந்தையாரின் நண்பர் ஒருவர் அவரது குடும்பத்துடன் இருக்கிறார். 'மரைக்காயர்' என்றுதான் தந்தையார் அவரைக் குறிப்பிட்டுக் கூறியிருந்தார். மரிக்கார் எனும் பெயர் அப்படி மருவியிருக்கலாம். முன்னர் ஒரு தடவை அவரை முகாமிற் சென்று பார்த்திருக்கிறேன். அப்போது யாழ்ப்பாணத்திலிருந்து எனது தந்தை மரைக்காயர் தங்கியிருந்த முகாம் பற்றிய விபரங்கலை அனுப்பியிருந்தார். தனது தள்ளாத வயதிலும் அந்த விபரங்களை எப்படித் தேடிக் கண்டுபிடித்திருப்பார் என வியப்பாயிருந்தது.

"அவனை ஒருக்கால் போய்ப் பார்த்து, கையில கொஞ்சக் காசு குடு. பாவம் கஷ்டப்பட்டுப்போனான்" என எழுதியிருந்தார். அவரது கண்ணீர்த் துளிகள் கடிதத்தில் விழுந்திருந்தன. அப்போது மரைக்காயரைப் போய்ப் பார்த்துக் காசு கொடுத்துவிட்டு வந்தது நினைவில் வந்தது. மரைக்காயர் மன்னார் மாவட்டத்தைச் சேர்ந்தவரென்பதும், கருவாட்டு வியாபாரம் செய்து நல்ல நிலைமையில் இருந்தவரென்பதும் அப்போது அவருடனான சம்பாஷணையிலிருந்து தெரிந்திருந்தேன். எனினும் ஒரேயொரு தடவை மட்டும் அவரைப் பார்த்திருந்ததால் அவரது முகம் சரியாக ஞாபகத்தில் இல்லை.

இவர் அவராக இருக்குமோ?

அவரது சாயல் போலத்தான் தெரிகிறது. சரியாக நினைவிற்குக் கொண்டுவர முடியவில்லை.

"என்ன கடுமையான வேலையா?" அவரும் பொறுமை யிழக்கும் கட்டத்துக்கு வந்துவிட்டார்போலிருந்தது.

இதற்கு மேலும் நேரத்தைக் கடத்துவது சரியல்ல எனும் எண்ணம் ஏற்பட, அவருக்குக் கிட்டப் போனேன். அவருக்குப் பக்கத்திற் போய் நின்றேன். அவரது முகத்தைப் பார்த்தேன். வியர்வைத் துளிகள் அவரது முகமெங்கும் விரவியிருந்தன. வியர்வையில் சேர்ட் நனைந்திருந்தது. சேர்ட் பட்டன்களை முக்காலும் முழுவதுமாகத் திறந்துவிட்டிருந்தார்.

"நான் காத்தாலையே வந்திட்டன். இங்க வந்து பாத்தால் நீங்க இல்ல. பொறகு ஓங்கட வீட்டுப்பக்கம் போனன். புள்ளக உள்ளுக்க வெளையாடிக்கொண்டிருந்தாங்க. கூப்பிட்டுக் கேட்டன். அப்பா இல்ல எண்டாங்க!"

அவரது முகத்தைப் பல கோணங்களில் விடுத்து விடுத்துப் பார்த்தேன்.

இந்த முகம் எந்த முகம்?

"சரியான வெயில் கொழுத்துது. நோம்பு வேற. புழுக்கம் ஒரு பக்கம் மனுசனைக் கொல்லுது. காத்தால வந்த நேரம் தொட்டு ஓங்கட வீட்டுக்கும் கடைக்குமாக ரெண்டுமூண்டு தடவ நடந்து திரிஞ்சன். களைச்சுப்போனன்."

அவர் தானாகவே உள் வந்து நாற்காலியில் அமர்ந்து கொண்டார். சற்று விலகி அவருக்கு இடம்கொடுத்துப் பின்னர் அவர் பக்கத்தில் வந்தேன்.

அவர் சோர்ந்துபோயிருந்தார். எனக்குக் கவலையாயிருந்தது. எனது தந்தையை ஒத்த வயசானவர். என்ன கஷ்டமோ? ஒருவேளை எனது தந்தையாரின் அந்தக் கூட்டாளிதானோ என்ற சந்தேகமும் இன்னுமிருந்தது. நோன்புப் பெருநாளுக்கு இன்னும் சில தினங்கள்தானிருந்தன. ஏதாவது பண உதவி கேட்க வந்திருப்பாரோ என்னவோ? அல்லது வேறு எதற்காக இவர் என்னைத் தேடிவந்து அலைய வேண்டும்?

"எனக்கு ஓரிடத்திலயிருந்து வரவேண்டிய காசு கொஞ்சம் கிடைச்சுது. இருபத்தையாயிரம் ரூபா. அதில ஐயாயிரத்தை எடுத்துக்கொண்டு மிச்சத்தைக் கொண்டு வந்தன்."

"காசு கொண்டு வந்தீங்களா ... ஏன்?"

"உங்களுக்குத் தரவேண்டிய காச. தராமல் விட்டுரலாமா?"

இவர் ஆள்மாறி, கடைமாறி வந்துவிட்டாரோ என்று தோன்றியது.

"என்ன யோசன? நாந்தான் சுருட்டு சாவல். மறந்திட்டீங்களா?"

அந்தக் கணத்தில் 'பளிச்'செ்ன அவர் நினைவுக்கு வந்தார்.

அவரது பெயர் சாகுல் ஹமீது. சுருட்டுடனும் புகையுடனும் அடிக்கடி தோன்றுவதால் சுருட்டு சாவல் என்ற பெயரிற்றான் அறியப்பட்டிருந்தார். சுமார் ஏழெட்டு வருடங்களின் முன்னர் தொழிலொன்றின் தேவைக்காக ஓர் இடம் குத்தகைக்கு எடுப்பதற்காகத் தேடினேன். ஒரு புரோக்கர் மூலம் அவரது இடம் பேசப்பட்டது. அறுபத்தையாயிரம் ரூபா முற்பணமும் கொடுத்தேன். அதற்கு எழுத்துமூலமான ரசீதோ கடிதமோ எதுவுமே பெற்றுக்கொள்ளவில்லை. இரண்டொரு நாட்களிலேயே அந்த இடம் சம்பந்தமாகச் சிக்கல் தோன்றியது. அந்த இடத்தை இன்னொரு பகுதி சொந்தம் கொண்டாடிக்கொண்டு வந்தது. அதுபற்றி அவரிடம் விசாரித்ததில் மற்றப் பகுதியினருக்குத் தொழில் செய்வதற்காகப் பத்து வருடங்களளவில் குத்தகைக்கு அவர்களுக்குக் கொடுத்திருந்தாராம். பின்னர் அவர்கள் விட்டு விலக மறுக்கிறார்களென்றும் அதனால் கோர்ட்டில் முறைப்பாடு செய்து வழக்கு நடப்பதாகவும் கூறினார். இதை ஏற்கனவே எனக்குக் கூறியிருக்காமல் ஏன் 'சுத்துமாத்து' செய்தார் எனக் கேட்டால் இடம் எப்படியும் தனது கைக்கு வந்துவிடும் எனக் கூறினார். இந்த இழுபறி நிலை காரணமாக நான் விலகிக் கொண்டேன். ஆனால் கொடுத்த பணத்தைத் திரும்பப்பெறுவது கஷ்டமாயிருந்தது.

அவர் பல பிள்ளைகளைக் கொண்ட குடும்பஸ்தர். கஷ்ட நிலையிலிருந்தார். நான் கொடுத்த பணமும் ஏதோ கடனை அடைக்கப் பயன்பட்டதாம். கேட்டுப் பலனில்லை. விட்டுவிட்டேன். நான் இருக்குமிடத்திலிருந்து அவ்வளவு தூரம் அவரது வீடு தேடிப் போனாலும் பலனிராது என்பதால் போகாமலே விட்டுவிட்டேன். அவரது தொடர்பும் இல்லாமற் போயிருந்தது. இவர் அவர்தானா என்று நம்பமுடியாமலிருந்தது.

அவரது தோற்றத்தையே சற்றுநேரம் பார்த்துக்கொண் டிருந்தேன். ஏழெட்டு வருடங்களில் இப்படி மட்டுக்கட்ட முடியாத அளவிற்கு முதுமை வந்து அடித்துப் போட்டுவிட்டுப் போய்விடுமா என்று தோன்றியது. அல்லது கஷ்ட நிலைமைதான் இந்தமாதிரி அவரது கோலத்தை உருக்குலைத்திருக்குமோ?

கடைசியாக அப்போது அவரிடம் கூறிவிட்டு வந்தது நினைவில் வந்தது. "காசுக்காக இங்க தேடி வரமாட்டன். வரவும் விருப்பமில்ல. திருப்பித் தரவேணுமென்று எண்ணமிருந்தால் கொண்டுவந்து தாங்கோ."

இப்போது அவர் வந்திருக்கிறார்!

மடியிலிருந்த பணத்தை மிகப் பக்குவமாக எடுத்து, நடுங்கும் கைகளால் ஒவ்வொரு தாள்களாக எண்ணிப் பார்த்து என்னிடம் தந்தார்.

"எண்ணிப் பாருங்க."

"மிச்சக் காசையும் வசதிப்படேய்க்க கொண்டுவந்து தருவன். கொற நெனைக்கவேணாம். என்ன செய்யிற? முழுசாத் தாறதுக்கு விருப்பம்தான் ... கஷ்டமாயிருக்கு."

இப்போது அவரது முகத்தைப் பார்க்கச் சங்கடமாயிருந்தது. வியப்பாயுமிருந்தது. எண்ணித்தான் பார்க்கிறேன்.

இந்த முகம் எந்த முகம்?

மல்லிகை இலக்கிய சஞ்சிகை ஜனவரி 2004

சுதாராஜ்

வழிதவறிய ஆடு

எங்கள் பண்ணையிலிருந்து ஆடு ஒன்று காணாமற் போய்விட்டது. எங்கள் என்று சொன்னால், அது எனக்கோ எங்கள் குடும்பத்தினர் யாருக்குமோ சொந்தமானது என்று அர்த்தமல்ல. நான் பண்ணையில் பத்துப் பன்னிரண்டு வருடங் களாக வேலை செய்பவன். மேனேஜர் உத்தியோகம். அந்த வகையிற்தான் அது எங்கள் பண்ணை. இங்கு நிரந்தரமாகப் பணி புரியும் இருபத்தைந்து தொழிலாளர்களைப் பொறுத்தவரையிலும் அது 'எங்கள் பண்ணை'தான். அந்த அளவிற்குப் பண்ணையில் ஈடுபாட்டுடன் வேலை செய்வார்கள். ஆனால் பண்ணை தனியார் ஒருவருக்குச் சொந்தமானது.

மனிதர்கள் யாராவது காணாமற் போனால் அதில் ஆச்சரியப்படுவதற்கு ஒன்றுமில்லை. அவரது கதி என்னாகியிருக்கும் என ஒரளவிற்கு ஊகிக்கலாம். ஒரளவிற்கு என்ன நிச்சயமாகவே ஊகிக்கக் கூடியதா யிருக்கும். ஆனால் பண்ணையிலிருந்து ஆடு ஒன்று காணாமற் போவதென்பது நம்பமுடியாததாயிருந்தது. ஆடுகளையும் வெள்ளை வானில் தூக்குகிறார்களோ எனச் சந்தேகிக்கவேண்டியிருந்தது. சுமார் நூறு ஏக்கர் பரப்பளவிலான பண்ணையைச் சுற்றிவர முட்கம்பி வேலி போடப்பட்டிருக்கிறது. மேய்ச்சலுக்காக ஆடுகள் இந்த இடங்களைச் சுற்றிவந்தாலும் எந்த ஆட்டுக்கும் அந்த முள் வேலியைத் தாண்டிச்

செல்லும் வாய்ப்பு இல்லை. மனிதர்களைப்போல ஆடுகள் ஒன்றை விட்டு ஒன்று வேறுவேறு பாதையிற் பிரிந்து செல்பவையுமல்ல.

மஹ்றூப் இருந்தவரை எல்லாம் ஒழுங்காக இருந்தது என்றுதான் சொல்ல வேண்டும்.

அன்றாடம் காலையில் ஆடுகளை மேய்ச்சலுக்காகப் பட்டியிலிருந்து திறந்து மேய்ச்சல்காரப் பையனிடம் ஒப்படைக்கும் போது, அவற்றைக் கணக்கெடுத்துக்கொண்டு வெளியே விடுபவர் மஹ்றூப். பண்ணையிலுள்ள மாடுகளைப் பராமரிப்பதற்கென்று நியமிக்கப்பட்டவர்தான் அவர். வயதில் மூத்தவர். மாடுகளை மேய்ச்சலுக்குக் கொண்டுபோவது, மாட்டுத் தொழுவங்களைத் துப்பரவு செய்வது, மாடுகளைக் குளிப்பாட்டுவது, பால் கறப்பது போன்ற வேலைகளுக்குப் பொறுப்பானவர். எனினும் ஆடுகளைக் கவனித்துப் பராமரிக்கும் வேலைகளையும் தானாகவே எடுத்துக்கொண்டார்.

ஆட்டுப்பட்டியின் கதவை ஒரளவுக்கு மட்டும் நீக்கி, ஒவ்வொரு ஆடுகளாக வெளியே விடுவார். அவை ஒன்றன் பின் ஒன்றாக ஒழுங்குமுறைப்படி வெளியேறிப் போகும்போது அவற்றை ஒவ்வொன்றாக எண்ணிக் கணக்கெடுத்துக் கொள்வார். மாலையில் திரும்பவும் அவ்வாறே உள்நுழைய விடுவார். சுமார் இருநூறு முன்னூறு ஆடுகளுள்ள பண்ணையில், இந்த வேலையைத் தினமும் சலிக்காமல் செய்கிறாரே என்று தோன்றும். குட்டி ஈன்ற ஆடுகளையும் குட்டிகளையும் வெளியே விடுவதில்லை. அவற்றுக்குத் தேவையான இலை குழைகளை நேரத்துக்குநேரம் போட்டு, கண்ணும்கருத்துமாகப் பார்த்துக்கொள்வார். குட்டிகளைத் தடவிக்கொடுத்து, பால் குறைந்த ஆட்டின் குட்டிகளுக்குப் புட்டிகளிற் பாலூட்டி, பிள்ளைகளைப்போலப் பார்த்துக்கொள்வார். மிருகங்களிடம் மிகவும் பரிவுகொண்டவர். தனது வேலைநேரம் முடிந்தாலும், பொழுதுபட்டாலும் பட்டிதொட்டிகளெல்லாம் பார்த்து வேலைகளை முடித்து ஒழுங்கு செய்துவிட்டுத்தான் போவார். அவரது வீடும் பண்ணையிலிருந்து கூப்பிடு தூரத்திற்றான் இருந்தது.

மஹ்றூப் ஆடுமாடுகளைப் பரிவுடன் பராமரித்து வந்ததுபோலவே, அவையும் அவர் சொன்னபடி கேட்கும் அன்பைக் கொண்டிருந்தன. ஆனால் பண்ணையிலிருந்த ஒரே ஒரு காளைமாடு மட்டும் அவர்மேல் வன்மம் கொண்டிருந்தது. அந்த மிருகத்தைக் கட்டுக்குள் வைத்திருப்பது மிகக் கஷ்டம். அதன் குழப்படிகள் தாங்காது எந்த நேரமும் அதைக் கட்டிலேதான்

போட்டிருப்பார் மஹ்றூப். சில வேளைகளில் அடியும் போட்டு அதை அடக்கவேண்டியிருக்கும். பசுமாடுகளை, அவற்றின் தேகத்தை உரஞ்சிக் கழுவிக் குளிப்பாட்டும்போதும் அவற்றில் அவர் பால் கறக்கும்போதும், அந்தக் காளை கட்டிலிருந்தபடியே கோபத்துடன் அவரைப் பார்த்துக்கொண்டிருக்கும். வேகமாக மூசிமூசிக் கால்களை நிலத்தில் உதைத்தும் பிறாண்டியும் தனது சீற்றத்தைக் காட்டும்.

வழக்கம்போல ஒருநாள் காலையில் ஒவ்வொரு பசுக்களாகத் தொழுவத்திலிருந்து வெளியே கொண்டுவந்து கட்டி, பால் கறக்கும் வேலையில் ஈடுபட்டிருந்தார் மஹ்றூப். காளைமாடு பெரும் மூச்செடுத்து ஒரு இழுவை இழுத்தது. கட்டு அறுந்துவிட்டது. அவ்வளவுதான், ஒரே பாய்ச்சலில் வந்தது காளை. அதைக் கண்டு மஹ்றூப் பதகழித்து எழுந்து ஓடுவதற்கு முற்பட்டார். அவரைத் தூக்கி எறிவதற்குக் காளைக்கு ஒரு நேரம் தேவைப்படவில்லை. தனது கோபத்தையெல்லாம் கொம்புக்குக் கூட்டித் தலையை உன்னி ஒரே இடி. இடுப்பில் விழுந்தது இடி. பால் வாளி தரையிற் சிதற மஹ்றூப் முகம் குப்புற விழுந்தார். அவரது இடுப்பு முறிந்துவிட்டது. அதனால் அவரது பணியும் போய்விட்டது.

காலையில் நான் பண்ணைக்கு வந்ததுமே, ஆடு காணாமற் போன செய்தியைக் கொண்டுவந்தவன் காசிம். நான் அந்தத் தகவலுக்குப் பெரிய முக்கியத்துவம் கொடுக்கவில்லை. அவசரக்காரன், சரியாகக் கணக்கெடுத்திருக்கமாட்டான் என்றே தோன்றியது. காசிம் மஹ்றூப்பைப்போல அக்குரேட் ஆன ஆளும் அல்ல. பண்ணையில் மெக்கானிக் ஆக வேலை பார்ப்பவன். ட்றைக்டரும் ஓடுவான். மஹ்றூப் போனபின்னர் ஆடுகளைக் கவாக்கெடுக்கும் வேலையையும் செய்துவருபவன்.

"காசிம்... நீங்க சரியாய் செக் பண்ணியிருக்கமாட்டீங்க. இன்னொரு தடவ பாருங்க."

"நல்லாப் பாத்திட்டன் சேர். காணாமற்போனது அந்த பெரிய கறுப்புக் கிடாய்."

"அப்பிடியா?" – ஆடு காணாமற் போனதன் முக்கியத்துவம் அப்போதுதான் எனக்கு உறைத்தது. பல இன ஆடுகள் உள்ள பட்டியில் அந்த ஆடு இல்லாமற் போனால் இலகுவாகத் தெரிந்துவிடும். அந்தப் பட்டிக்கே அது ராஜாவாக இருந்தது. உயர்ந்த இன ஆடு. கலப்பின உருவாக்கத்திற்காகப் பட்டியில் சேர்க்கப்பட்டிருந்தது. அது காணாமற்போய்விட்டதென்பது பெருத்த நஷ்டம்தான்.

"எங்க போயிருக்கும்? எல்லா இடமும் தேடிப் பாருங்க. வேலிக்கம்பியை எங்கையாவது வெட்டியிருக்கிறாங்களா பாருங்க."

பண்ணையின் பின்புறமாக முட்கம்பிவேலியை ஊரவர்கள் அவ்வப்போது வெட்டிவிடுவதுண்டு. விறகு பொறுக்குவதற்கோ, தங்களது ஆடுமாடுகளை மேய்ச்சலுக்கு விடுவதற்கோ உள்ளே வருவார்கள். பண்ணையில் மா, பலா, தோடை, எலுமிச்சை, வாழை, முருங்கை, கொய்யா போன்ற மரவகைகள் காய்கனிகளுடன் உள்ளன. ஏனைய காய்கறிவகைகளும் பயிர் செய்யப்பட்டுள்ளன. சிலர் அவற்றைக் கையாடுவதற்காகவும் வேலியை வெட்டிவிடுவதுண்டு. இரவில் முயல்வேட்டைக்காகவும் சிலர் உள்ளே வருவார்கள். இதற்காக, முள்வேலி ஒழுங்காக இருக்கிறதா அல்லது யாராவது உடைத்துவிடுகிறார்களா என்பதைப் பொழுதெல்லாம் கவனிப்பதற்கென்றே சில பணியாட்கள் இருக்கிறார்கள். அதையும் மீறி அவர்கள் தங்கள் கைவரிசையைக் காட்டிக்கொண்டிருப்பார்கள். எனினும் அப்படி வருபவர்கள் யாரும் ஒருபோதும் ஆடுமாடுகளைக் களவு கொண்டுபோனதில்லை.

பகுதிபகுதியாகப் பயிர் செய்யப்பட்டிருந்தாலும் பண்ணையிற் பெரும்பகுதி பற்றைகள் நிறைந்து காணப்படுகிறது. ஆடுகளை மேய்ச்சலுக்காக இந்தப் பகுதிக்குதான் கொண்டுசெல்வதுண்டு. பற்றைகளுக்குள் ஆடு சிக்கிக்கொண்டுமிருக்கலாம். அல்லது வேலி வெட்டப்பட்டிருந்தால் ஆடு அதனூடு வெளியே போயிருக்குமோ பொதுவாக ஆடுகள் மந்தையை விட்டுப் பிரிந்து போகாதெனினும், வெளியே வேறு ஒரு மறியை மோப்பம் பிடித்துக்கொண்டு போயுமிருக்கலாம். இது கிடாய்தானே? மனிதர்களிடமே உள்ள சபலபுத்தி மிருகசாதிக்கு இல்லாமற்போய்விடும் என்று எப்படி நம்பலாம்?

"போய் பற்றைகளுக்குள்ளயெல்லாம் தேடுங்க. வெளியில ஊருக்குள்ளயும் போய்ப் பாருங்க."

"சேர், ஆடு காணாமற் போகயில்ல. களவு போயிட்டிது." எனக் கதையைத் திசை திருப்பினான் காசிம்.

இவன் எப்படி அவ்வளவு உறுதியாகச் சொல்கிறான் என அவனது முகத்தைக் கேள்விக்குறியுடன் பார்த்தேன்.

"களவெடுத்த ஆளையும் எனக்குத் தெரியும்."

அது யாரென்று கேட்கமுதலே பெயரையும் கூறினான்.

"இம்தியாஸ்."

இம்தியாஸ் முன்னர் இந்தப் பண்ணையில் வேலை செய்தவன். மஹ்றூப்பின் மகன். அவனைப் பண்ணையில் வேலைக்குக் கொண்டுவந்து சேர்த்ததே மஹ்றூப்தான். மற்றவர்களைவிட வயதிற் குறைந்தவனானாலும், தனது திறமையாலும் ஆற்றலாலும் சீக்கிரமே மேற்பார்வையாளன் என்ற நிலைக்கு உயர்ந்தவன். அவனது கல்வித் தகைமையையும் கருத்திற்கொண்டே அப்பதவி வழங்கப்பட்டிருந்தது. ஏனைய தொழிலாளர்களுக்குரிய பணிகளைக் கொடுத்து, அவர்களை அயரவிடாது வேலை வாங்குவதில் வல்லவன். அவனது உயரமான தோற்றமும் கடும் குரலும் மற்றவர்களை மறுகதை பேசாது சொன்னபடி கேட்கவைக்கும். இதனால் பண்ணையிற் பல காலம் பணியாற்றிய அனுபவமுள்ள காசிம் போன்ற ஒரு சிலருக்கு இம்தியாஸ்மீது அதிருப்தியும் ஏற்பட்டிருந்தது. சில சமயங்களில் இம்தியாஸிற்கு எதிராக முறைப்பாடுகளும் கொண்டுவருவார்கள். விசாரித்துப் பார்த்தால் அவை அர்த்தமேதுமற்ற சோடிக்கப்பட்ட முறைப்பாடுகளாக இருக்கும். இம்தியாஸின் சுறுசுறுப்பான சுபாவமும் தொழிலாளர்களை வேலையில் ஈடுபடுத்தும் சாதுர்யமும் என்னை ஈர்த்திருந்தன. எனினும் ஒரு சந்தர்ப்பத்தில் அவனை வேலையிலிருந்து இடைநிறுத்தும் நிலைமையும் ஏற்பட்டது.

பண்ணையிலுள்ள தண்ணீர்ப் பம்புகள், ட்றைக்டர், டோசர் போன்ற இயந்திரங்களின் பாவனைக்குத் தேவையான டீசல் பரல்களில் நிரப்பப்பட்டு வைக்கப்பட்டிருக்கும். ஐந்து பரல்களில் ஆயிரம் லீட்டர்வரை கொள்வனவுசெய்து கொண்டுவந்து வைத்தால், அன்றாடம் தேவையான டீசலை எடுத்துக்கொண்டு மீதி அளவைக் குறித்து வைப்பவன் காசிம். ஒருநாள் டீசல் ஐம்பது லீட்டர் குறைந்திருப்பதாகவும், அதை முதல்நாள் இரவு களவாடியது இம்தியாஸ்தான் எனவும் முறையிட்டான். விசாரணை மேற்கொள்ளப்பட்டது. இம்தியாஸிற்குத் தெரியாமல் டீசல் வெளியே போயிருக்காது. கான்களில் டீசலை நிரப்பி, பிக்அப் வாகனத்தில் இரவு கொண்டுசென்றிருக்கிறான் எனக் காசிம் தெரிவித்தான். தேவைகருதி அவன் வீட்டுக்குப் போய்வரலாமாயினும், மேற்பார்வையாளன் என்ற ரீதியில் அவனது தொழில் ஒப்பந்தப்படி பண்ணையில் வதிவிடம் கொடுக்கப்பட்டிருந்தது. இரவிலும் அவன் பண்ணையிற் தங்கியிருக்க வேண்டும். இரவுக் காவலாளியிடம் விசாரித்ததில் பண்ணையின் ஏனைய பகுதிகளைத் தான் ஒரு சுற்றுவந்த நேரத்தில் பிக்அப் வாகனம் வெளியே போய்வந்தது எனத் தெரிவித்தான். குற்றம் சரியாக நிரூபிக்கப்படவில்லை. எனினும் இதற்குப் பொறுப்பான பதில் இம்தியாஸிடமிருந்து கிடைக்காததால்

அவனே பொறுப்பேற்க வேண்டுமென வேலையிலிருந்து தற்காலிகமாக இடைநிறுத்தினேன்.

மகனை வேலையிலிருந்து நீக்கியபோது, மஹ்றூப் மிகவும் கவலையடைந்தார்.

"அவன் களவு செய்யிற ஆளில்ல. நான் அந்தமாதிரிப் புள்ள வளக்கயில்ல."

"எனக்குத் தெரியும் மஹ்றூப். கொஞ்ச நாள் பொறுங்க. திரும்ப எடுக்கலாம்."

"கெட்ட பேர் வந்தது வந்ததுதானே?"

ஒரு தந்தை என்ற ரீதியில் அவரது கவலை எனக்குப் புரிந்தது.

"விசாரணை செய்து சரியான ஆளைக் கண்டுபிடிச்சிடுவென்... பொறுமையா இருங்க."

இம்தியாஸ் போனபின் மஹ்றூப் அவனது வேலைகளையும் கவனித்துக்கொண்டிருந்தார். இப்போது மஹ்றூப்புமில்லாத நிலையில் காசிமுக்கு அந்தப் பொறுப்பு வழங்கப்பட்டிருந்தது.

காசிம் கூறுவதுபோல இம்தியாஸ், ஆடு ஒன்றைக் களவாடும் அளவிற்குக் கீழ்நிலைக்குப் போயிருப்பானா என எண்ணிப்பார்த்தேன். நேர்மையாக உழைத்தவன். காலையில் வரும்போதுகூடக் கவனித்தேன். எனது வாகனத்தைக் கண்டதும் எழுந்து ஒரு பாவமும் அறியாத தோற்றத்துடன் நின்றான். பண்ணைக்கு நான் வந்து போகும்போது முன்னே உள்ள கடை வாசற்கட்டிலோ வீதிஓர மதகுக்கட்டிலோ அவன் அமர்ந்திருப்பதைக் காணமுடியும். இம்தியாஸைப் பற்றிய கவலை என் நெஞ்சிலும் இருந்தது.

"இம்தியாஸ் இப்ப வேலையில இல்லயே... எப்பிடி உள்ள வந்திருப்பான்? எப்பிடி ஆட்டைக் களவெடுத்திருப்பான்?" – காசிமைச் சமாளித்தேன்.

"அதுதான் சேர் காரணம். வேலையிலயிருந்து நிப்பாட்டின கோபம். ஆடுகளை மேயவிட்டிட்டுப் பொடியன் புளியமரத்துக்குப் பணியப் படுத்திடுவான். ஆடுகள் எங்க போகுது வருகுது ஒண்டும் அவனுக்குத் தெரியாது. இம்தியாஸ் அந்த நேரம்தான் பின்பக்கமாய் வேலியை வெட்டிக்கொண்டு வந்து ஆட்டைக் கொண்டுபோயிருக்கிறான்."

"அன்வரை வரச்சொல்லு," என்றேன். அவன்தான் ஆடு மேய்க்கும் பையன். காசிம் அவனைக் கையோடு கூட்டிவந்தான்.

அன்வரிடம் கேட்டேன் "என்ன நடந்தது? ஆடு எங்க போச்சுது?"

அன்வர் கண்கள் பிதுங்கப் பதில் பேசாது நின்றான்.

"சொல்லடா. இல்லாட்டா தோலை உரிச்சிடுவன்!" – உறுக்கலுடன் அவனது காதைப் பிடித்து முறுக்கினான் காசிம்.

"விடு... காசிம் விடு அவனை. என்ன நடந்தது சொல்லு அன்வர்?"

"எனக்குத் தெரியாது சேர்", சிணுங்கினான்.

"சொல்லடா... நீ ஆடுகளைப் பாக்கிறனியா? மரத்தடியில படுக்கிறதுக்குப் போறனியா? அந்த ஆட்டின்ட விலை என்ன தெரியுமா? காசைக் கொண்டுவந்து கட்டியிட்டுத்தான் நீ வேலைக்கு வரலாம். சொல்லு. இம்தியாஸ் மத்தியானம் வரயில்லையா? உனக்குத் தெரியாம நடந்திராது." காசிம் மேலும் அவனை மிரட்டினான். அன்வர் அழத்தொடங்கிவிட்டான்.

சிறுவன், பாடசாலைக்குப் போகவேண்டிய வயது. யுத்தக் கொடுமைகளால் சொந்த வீடுகளைவிட்டு இடம்பெயர்ந்து வந்து முகாம்களிலும் குடிசைகளிலும் வசித்து, சாப்பாட்டுக்காக வெயில் காய்ந்து வேலை செய்யும் பரிதாபம்.

"சரி... நீ போ", நான் கூறியதை நம்பாதவன்போல, என்னைத் திரும்பித்திரும்பிப் பார்த்துக்கொண்டே போனான் அன்வர்.

"காசிம்... நீங்க போய் வேலையைப் பாருங்க. நான் விசாரிக்கிறன்", எனக் காசிமை அனுப்பிவைத்தேன்.

எனினும் நான் பெரிதாக விசாரணை ஏதும் மேற்கொள்ள வில்லை. ஏனைய தொழிலாளர்களின் நடமாட்டங்களையும் தோரணைகளையும் சற்று உன்னிப்பாக அவதானித்தேன். ஆறப்போட்டால் விஷயம் யார்மூலமாகவோ வெளிவரலாம் என்றும் தோன்றியது. காசிம் மட்டும் கரிசனையுடன் தினம் ஒரு தகவலைக் கொண்டுவந்தான்.

– "இரவு அன்வரும் இம்தியாஸும் பேசிக்கொண்டிருந்தாங்க. என்னைக் கண்டிட்டு ஒழிச்சிட்டாங்க. இவங்கள் ரெண்டு பேருக்கும் கூட்டு இருக்கு."

– "ஊருக்குள்ள விசாரிச்சுப் பார்த்தன்... அண்டைக்கு ஒரு ஆடு அடிச்சுப் பங்கு போட்டிருக்கிறாங்கள்."

– "பொலிசில சொல்லுங்க சேர்... அவங்கள் புடிச்சு விசாரிச்சாத்தான் உம்மை தெரியவரும்."

தற்காலிகமாக இடைநிறுத்தப்பட்டிருக்கும் இம்தியாஸை நிரந்தரமாக வேலையிலிருந்து நீக்குவதற்கு காசிம் திட்டம் போடுகிறானோ என்றும் தோன்றியது. ஒரே பிரதேசத்திலிருந்து யுத்தம் காரணமாக இடம்பெயர்ந்து வந்துபிழைக்கிறவர்கள். பட்டியில் இணைந்திருக்கும் ஆடுகளைப்போல இவர்களால் ஏன் ஒற்றுமையாக இருக்கமுடியவில்லை எனக் கவலையாயிருந்தது. ஒருவருக்கொருவர் ஏன் இந்த வன்மம்?

அவ்வப்போது ஏதாவது சமாதானம்கூறி அவனைச் சமாளித்துக்கொண்டிருந்தேன். இம்தியாஸை மேலும் இம்சைப்படுத்த எனக்குச் சம்மதமில்லை. அவர்களது குடும்ப நிலைமையையும் யோசித்துப் பார்த்தேன். மஹ்ரூப்பும் வேலை செய்யமுடியாத நிலையிலிருக்கிறார்.

இத் தருணத்திற்தான் பண்ணை உரிமையாளர் பரமன் வருகை தந்திருந்தார். கொழும்புவாசியான அவர், மாதத்தில் ஓரிரு தடவைகள் வந்து கவனித்துப்போவார். பண்ணையின் வரவுசெலவுகள், இலாப நஷ்டங்கள், பிரச்சனைகள் பற்றியெல் லாம் இவ்வேளைகளிற் கலந்தாலோசிக்கப்பட்டு முடிவுகள் எடுக்கப்படும்.

அவரைக் கண்டால் காசிம் துள்ளிக்கொண்டு நிற்பான். குறுக்குவழிகளில் எதற்குள்ளும் தலையைச் செலுத்தும் சுபாவம் கொண்டவன். தனக்கு மேலுள்ளவர்களிடம் நல்ல பெயர் எடுப்பதற்காக, அதனால் ஏதும் சலுகைகள் பெற்றுக்கொள்வதற் காக இவ்வாறான பலவீனத்தை அவன் கொண்டிருந்தான். அது என்னிடத்தில் எடுபடுவதில்லை. ஆனால், அது மிஸ்டர் பரமனிடம் எடுபட்டுவிட்டது.

"இவ்வளவும் நடந்திருக்கு, நீங்கள் ஒரு அக்ஷனும் எடுக்கயில்லையா?"

அந்தக் கேள்விக்கு நான் பதில் கூறாமலிருந்தேன்.

"இப்பிடிச் சும்மா விட்டிட்டிருந்தால் எங்களைப் பல் இல்லாதவங்கள் என்றுதான் நினைப்பாங்கள். இப்ப ஒரு ஆடு போச்சுது. நாளைக்குப் ஃபாமையே கொள்ளை கொண்டு போயிடுவாங்கள். ஏன் பொலிசில றிப்போர்ட் பண்ணையில்ல?"

"அவன்தான் களவெடுத்ததென்று ஒரு ஆதாரமும் இல்லையே."

"ஆதாரம் தேவையில்ல. அவன்தான் என்று சந்தேகம் இருக்குதுதானே? அது போதும். பொலிசில பிடிச்சு உதைச்சு விசாரிச்சால் எல்லாம் தெரியவரும். எடுங்க வாகனத்தை."

சுதாராஜ்

பரமன் தொழில்ரீதியாக ஒரு வழக்கறிஞர். அதனால் சட்ட திட்டங்களை நூல் பிடித்துக்கொண்டிருப்பார்.

நான் மறுபேச்சின்றிக் கட்டளைக்குட்பட்ட இயந்திர மனிதனைப்போலச் சென்று வாகனத்தை எடுத்தேன். அவர் ஏறிப் பக்கத்தில் அமர்ந்துகொண்டார்.

பண்ணைக்கு வந்துபோகும் வேளைகளில் அவர் அண்மையிலுள்ள பொலிஸ் நிலையத்திற்குச் சில சந்தோஷங்களும் செய்வதால், அவருக்கு அங்கு நல்ல வரவேற்பு இருந்தது. பொறுப்பதிகாரியிடம் விஷயத்தைக் கூறி, முறைப்பாட்டைக் கொடுக்குமாறு என்னைப் பணித்தார். பொலிஸ்காரர் ஒருவர் முறைப்பாட்டை எழுதிக்கொண்டார். வேறு காரணத்துக்காக பொலிஸ் ஜீப் வெளியே போய்விட்டதாகவும் வந்தவுடன் அனுப்பி இம்தியாஸைக் கொண்டுவருவதாகவும் கூறினார் நிலையப் பொறுப்பதிகாரி. ஆனால் பரமனுக்கு உடனே காரியம் ஆகவேண்டியிருந்தது. "எங்கட வானில போகலாமே?" என்றார்.

அது ஏற்றுக்கொள்ளப்பட்டு மூன்று பொலிஸ்காரர்கள் வந்து வாகனத்தில் ஏறிக்கொண்டார்கள். துப்பாக்கிகள் சகிதம். ஐயையோ! நான் இப்போது பொலிஸ்காரனாகவும் ஆகியிருந்தேன். பரமன் இங்ஸ்பெட்டரைப் போல முன் சீற்றில் அமர்ந்துகொண்டார். இம்தியாஸின் வீட்டை நோக்கி வாகனத்தைச் செலுத்தினேன்.

வீட்டின் முன் பாதையோரமாக ஜீப்பை நிறுத்தினேன். பொலிஸ்காரர்கள் இறங்கி நான் கைகாட்டிய திசையில் வீட்டை நோக்கி விரைந்து ந ந்தும், ஓடியும் போனார்கள். ட்றவைர் சீற்றில் இருந்தவாறே வீட்டுப் பக்கம் பார்த்துக் கொண்டிருந்தேன். வேலிக்குமப்பால் வீட்டையும் முற்றத்தையும் காணக்கூடியதாயிருந்தது. இம்தியாஸ் வீட்டில் இருக்கிறானோ இல்லையோ? இல்லாமலிருந்தால் நல்லது என எண்ணிக் கொண்டிருந்தேன். ஆனால் அடுத்த காட்சியாக முற்றத்தில் இம்தியாஸைப் பொலிஸ்காரர்கள் பிடித்துக்கொண்டிருக்கும் காட்சியைக் கண்டேன். இரண்டு பெண்கள்; ஒருவர், இம்தியாஸின் மனைவியும் மற்றவர் அவனது தாயுமாக இருக்கலாம். அவனது கையைப் பிடித்துக்கொண்டு, விடமாட்டோம் என்பதுபோல நின்றார்கள். பொலிஸ்காரரிடம் மன்றாடுவதும் தெரிந்தது. மஹ்றூப்பை அவ்விடத்திற் காணவில்லை. வெளியே போயிருப்பாரோ அல்லது இன்னும் நடக்கமுடியாது வீட்டுக்குள்ளேயே முடங்கிக் கிடக்கிறாரோ! பொலிஸ்காரர் இம்தியாஸை இழுத்துக்கொண்டு வந்தார்கள்.

இரண்டு சிறுவர்களும் ஒரு சிறுமியும் சற்று இடைவெளி விட்டு பிறகால் தயங்கித்தயங்கி வந்தார்கள். இம்தியாஸை ஜீப்பினுள் ஏற்றும்போது அழுவதற்குத் தயாரான துக்கத்துடன் பார்த்துக்கொண்டிருந்தார்கள். ஜீப்பை ஸ்ரார்ட் செய்ததும் சிறுவர்களின் அழுகை வெடித்தது.

இம்தியாஸை நடுவிலிருந்திப் பொலிஸ்காரர் இரு பக்கமும் அமர்ந்தார்கள். நான் திரும்பிப் பார்க்கவில்லை. நேருக்கு நேர் இம்தியாஸைப் பார்க்கும் முகத்தை நான் இழந்துவிட்டிருந்தேன். பின்பார்க்கும் முன்கண்ணாடியினூடு நோட்டம் விட்டேன். இம்தியாஸ் தலையைக் குனிந்துகொண்டிருந்தான். விசுவாசமாக, நான் இட்ட கடமைகளைச் செய்துகொண்டிருந்த ஒருவனை இப்போது நானே குற்றவாளியாகக் கொண்டுபோகிறேன். இது எப்படி நேர்ந்து முடிந்தது?

பொலிஸ் நிலையத்தில், ஒரு கூடு போன்ற சிறிய அறையுள் ஏற்கனவே நின்ற சிலருடன் இம்தியாஸூம் விட்டுப் பூட்டப் பட்டான். பொறுப்பதிகாரியிடம், ஈவினிங் வந்து பார்ப்பதாகக் கூறிவிட்டு பரமன் வந்து வானில் ஏறினார். ஈவினிங் அவர் எதற்காக வருவார் என்ற சந்தோஷமான விபரம் அவர்களுக்குத் தெரியும்.

வாகனத்தில் வந்துகொண்டிருந்தபோது இம்தியாசின் நிலைமை, இளைஞனான அவனது எதிர்காலம், அவனது குடும்ப நிலை பற்றிய நினைவுகளில் மனம் குமைந்துகொண்டிருந்தேன். நல்லதொரு பொறுப்பான தொழிலாளியாக இருந்தவன் ஏதோ குறுக்குப்புத்தியில் தவறு செய்யும் நிலைக்குப் போயிருக்கிறான். இப்போது இம்தியாஸைக் குற்றவாளியாகச் சந்தேகிக்கும் உணர்வு எனக்கும் ஏற்பட்டிருந்தது. பொலிஸ் பிடித்து, இழுத்துவந்து, வாகனத்திலே ஏற்றி, உள்ளே தள்ளும்வரை அவன் மௌனமாகவே இருந்தான். மௌனம் சம்மதத்திற்கு அறிகுறிதானே? தான் களவு செய்யவில்லை, குற்றவாளியயல்ல என்று ஒரு வார்த்தைகூடச் சொல்லவில்லையே?

வாகனத்தில் என் பக்கத்திலிருந்த பரமன், "நீங்கள் இந்த அளவுக்கு மகாத்மாவாக இருக்கக்கூடாது," என்றார். அவர் என்ன கூறினாலும் நான் ஏதும் பேசாமலிருந்தேன். அந்த அளவிற்காவது எனது அதிருப்தியைக் காட்டவேண்டும்போலிருந்தது.

இம்தியாஸிற்கு என்ன நடந்திருக்கும் என்ற ஆதங்கத்துடன் எனக்கு ஓரிரு நாட்கள் கடந்தன. காசிம்கூட தகவல் எதுவும் கொண்டுவரவில்லை. மூன்றாம் நாள் காலை பண்ணைக்கு வந்துகொண்டிருந்தபோது வீதியோரக் கடையின் வாசற்கட்டில்

சுதாராஜ்

இருந்த இம்தியாஸ் எனது வாகனத்தைக் கண்டதும் எழுந்தான். 'நிற்பதா போய்விடுவோமா' என எண்ணிக்கொண்டே வாகனத்தை மெதுவாக்க... வீதிக்குக் குறுக்காக சற்றுத் தாண்டியவாறு நடந்து கிட்ட வந்தான். வாகனத்தை நிறுத்தி அவனைப் பார்த்தேன்.

அவனது வலது கையிற் பத்துப் போடப்பட்டிருந்தது. முழங்கையுடன் மடித்து, கை ஆடாமல் அசையாமல் கழுத்தில் தொங்கவிடப்பட்டிருந்தது. கன்னமும் ஒரு கண்ணின் மேற் புருவமும் வீக்கமடைந்து அவனது முகத்தோற்றம் கோணலாகிப் போனது போலிருந்தது. சற்று நேரம் அவனையே பார்த்துக் கொண்டிருந்தேன். எதுவும் பேசமுடியவில்லை. இம்தியாஸُம் பேசவில்லை.

"அடிச்சாங்களா?"

"ம்ம்" தலையை மெல்ல அசைத்துப் பதில் கூறினான். அப்போது சட்டென அவன் கண்களிற் கண்ணீர் முட்டியது. அது என் கண்களையும் கலங்கச் செய்தது. நான் அவ்விடத்தை விட்டுக் கிளம்பினேன்.

○

மழைக்காலம் நெருங்கி வந்துகொண்டிருந்தது.

ஒாிரு தடவை மழை பெய்து நிலம் ஈரமை ந்திருந்தது. பண்ணையில் ஒரு பகுதியில் உழுந்து, பயறு போன்ற தானிய வகைகளைப் பயிரிட்டால் மழைக்காலம் முடிய நல்ல அறுவடை பெற்றுக்கொள்ளலாம் எனத் தீர்மானிக்கப்பட்டது. மேற்பார்வை அதிகாரியாக உயர்வு பெற்றிருந்த காசிம் இருபது ஏக்கர் நிலத்தைப் பண்படுத்திப் பயிரிடும் பொறுப்பை எடுத்திருந்தான். பற்றைகளைத் துப்புரவு செய்து உழவடிக்கும் வேலை ஆரம்பமாகியது. ட்றைக்டரில் ஏறினால் துல்லியமாக உழவடிக்கக்கூடியவன் காசிம்.

துப்பரவாக்கும் வேலைகள் மும்முரமாக நடந்துகொண டிருந்தன. வேலைகளைக் கவனிப்பதற்காக நானும் நேரத்துடன் பண்ணைக்கு வந்துவிடுவதுண்டு. காலையில் எனக்காக வாசலிற் காத்திருந்தான் காசிம்.

நான் வாகனத்தை விட்டு இறங்கமுதலே ஓடி வந்து "ஆடு... ஆடு..!" எனப் படபடத்தான்.

"சரிதான்... இன்னொரு ஆடு தொலைஞ்சுதா?" எனச் சினத்துடன் வாகனத்தை விட்டு இறங்கினேன்.

"இல்ல சேர்... காணாமல்போன ஆடு... கண்டுபிடிச்சாச்சு!"

என்ன ஆடு பட்டிக்குத் திரும்பிவிட்டதா? இவ்வளவு நாட்களுக்குப் பிறகு? காசிமை ஆச்சரியத்துடன் பார்த்தேன்.

"வாங்க காட்டிறன்", உழவடித்த இடத்துக்குக் கூட்டிப் போனான்.

பற்றைகளைத் துப்பரவு செய்யும்போது அதற்குள் கண்டிருக்கிறான். அடுத்தநாள் நான் வரும்வரை அதை அப்படியே விட்டு என்னை அழைத்துப்போய்க் காட்டினான்.

ஆட்டின் எலும்புக்கூடும் கறுத்த மயிர்களும் அப்படியே படிமங்களாக விழுந்த வாக்கிற் கிடந்தன.

காசிம் விளக்கமளித்தான் "பற்றைக்குள்ள மேய வந்திருக்கும்... பாம்பு கடிச்சிருக்கு... விஷமேறிச் செத்துப்போச்சு."

தாயகம் இலக்கய சஞ்சிகை 2011

சுதாராஜ்

உள்ளுறை வெப்பம்

இந்த அதிகாலைக் குளிரில் தண்ணீர் காலைத் தொட்டதும் தேகம் ஒருமுறை சிலிர்த்தது. வாய்க்காலில் ஓடிவந்த தண்ணீரை அனுஜன் கால்களால் அலசித் தள்ளிவிட்டான். மரவள்ளிப் பாத்தி தண்ணீரை உறிஞ்சி நனைந்தது.

பாத்தியில் தண்ணீர் நிறைந்ததும் மண்வெட்டி யால் மறித்துக் கட்டினான். தண்ணீர் உயிருள்ள ஒரு ஜீவனைப்போல மறு பாத்திக்குள் ஊர்ந்து ஓடியது. மண்ணைக் கோலி ஏற்கனவே மூடிய பகுதியிற் போட்டுப் பலப்படுத்தினான். தண்ணீர் உடைப்பெடுத்து ஓடாமல் ஒவ்வொரு பாத்திகளாக மறித்துக் கட்டும் லாவகமெல்லாம் அனுஜனுக்குக் கைவந்த கலை. அவனுக்கு அது ஒரு வேலையாகவே தெரிவதில்லை. மண்ணுடனும் தண்ணீருடனும் மரம் செடிகளுடனும் வேலை செய்தால், அவை மனதைப் பிடித்து அப்படியே தங்களுக்குள் வைத்துக் கொள்ளும் மந்திரவித்தையைக் கொண்டிருக்கின்றன. அப்பா கிணற்றிலிருந்து தண்ணீரை இழுத்து இறைத்துக்கொண்டிருந்தார்.

மரவள்ளிச்செடிகள் அவனது உயரத்தைத் தொடுமளவுக்கு வளர்ந்திருந்தன. இந்தச் சிறு வயதிலேயே தோட்ட வேலைகளையெல்லாம் நேர்த்தியாகச் செய்வதற்கு அப்பாதான் காரணம். அப்பாவுடன் சேர்ந்து வேலை செய்தே எல்லாம் கைப் பழக்கமாக வந்துவிட்டது. தோட்டம் கொத்றுதல், மட்டமடித்து சிறு குழிகளில் கன்றுகளை நடுதல், சாறுதல், பாத்தி கட்டுதல், தண்ணீர் பாய்ச்சுதல் என எல்லா வேலைகளிலும் அவன் அப்பாவுக்கு இன்னொரு கையாகவே இருந்தான்.

அப்பா அதிகாலை நாலு மணிக்கே படுக்கையிலிருந்து அனுஜனை எழுப்பிவிடுவார்.

"எழும்பி முகத்தைக் கழுவியிட்டுப் படி தம்பி."

அந்த வேளையில் விழித்தெழுவதென்றால் சற்று அலுப்பாகத்தான் இருக்கும். ஆனால் அவர் விடமாட்டார். சத்தம் போட்டு எழுப்பிவிடுவார். சில வேளைகளில் படித்துக் கொண்டிருக்கும்போது கண்கள் தூங்கி வழியும். தோட்டப்பக்கம் போன அப்பா திரும்பத்திரும்ப வந்து நோட்டம் விடுவார்.

"என்ன தம்பி தூங்கி விழுகிறியோ பாடம் படிக்கிறியோ?"

தண்ணீர் பாய்ச்சும் நாட்களில் ஐந்து மணிக்கு அனுஜனும் தோட்டத்திற்குப் போய்விடுவான். வேலையை முடித்துக்கொண்டு குளித்து ரெடியாகிப் போகும்போது பெரும்பாலும் பாடசாலை தொடங்கிவிடும்.

இன்னும் சூரியன் தோன்றிவரவில்லை. இன்றைக்கும் ஸ்கூலுக்குப் போகச் சுணங்கிவிடுமோ என அனுஜனுக்கு மனதில் தயக்கம் தட்டிக்கொண்டேயிருந்தது. எவ்வளவு லயிப்புடன் தோட்ட வேலையைச் செய்தாலும் அந்தத் தயக்கம் மெல்லிய படபடப்பாக ஒரு பக்கம் அடித்துக்கொண்டிருக்கும். சுணக்கமாகப் போகும்போது ஸ்கூல் தொடங்கிவிட்டால் பிறிஃபெக்ட் அண்ணன்மார் வாசலில் மறித்து நிறுத்திவிடுவார்கள். பிறேயர் முடிந்து அதிபர் வந்து விசாரித்தபிறகுதான் உள்ளே போகமுடியும். சில வேளைகளில் கையை நீட்டச்சொல்லி பளார் என அடியும் விழும். வேறு சில ஆசிரியர்கள் வந்தால் வெயிலில் நிற்கவிடுவது போன்ற தண்டனைகளும் கிடைக்கும். முதலாவது பாடத்திற்கு வகுப்பிற்கே போகமுடியாமற் போகும்.

இன்றைக்கு முதற் பீரியட் விஞ்ஞானம். அனுஜனுக்குப் பிடித்த பாடம். சாந்தி ரீச்சர்தான் விஞ்ஞானம் கற்பிக்கும் ஆசிரியை. அனுஜனின் ஒன்பதாம் ஆண்டு வகுப்பாசிரியையும் அவர்தான். பிடிப்பு பாடத்திலா அல்லது சாந்தி ரீச்சர்மீதா என்று தெரியவில்லை. இரண்டும்தான்! பாடம் நடத்தும்போது அப்பன்... ராசா... மகனே என்றுதான் மாணவருடன் பேசுவார். அவரது வகுப்பென்றால் ஒரே கும்மாளமும் சத்தமுமாகத்தான் இருக்கும். சில ஆசிரியர்கள் அதுபற்றி முறையிட்டால், 'பிள்ளைகளென்றால் அப்பிடித்தான் இருப்பினம்' எனச் சமாளித்துவிடுவார்.

"வாங்கோ... மற்ற வகுப்புகளைக் குழப்பாமல் மரத்தடியில போயிருந்து படிக்கலாம்" என எல்லோரையும் வெளியே கூட்டிச் செல்வார். அதற்கு ஏனைய வகுப்புகளைக் குழப்பக்கூடாது என்பது

மட்டும் காரணமல்ல. சாந்தி ரீச்சருக்கு மரங்களின்மேலுள்ள பிடிப்புத்தான் இன்னொரு காரணம் என்பது அனுஜனுக்குத் தெரியும். மரங்களின் பசுமைத் தோற்றமும் நிழலும் பிள்ளைகளுக்கு மனஇறுக்கம் குறைந்து படிப்பில் கவனம் செலுத்துவதற்குக்கூட உதவுகிறது என்று ரீச்சர் கூறுவார். மரங்களின் பயனைப் பற்றிக் கதைகதையாகச் சொல்லியிருக்கிறார்.

மரங்கள் கரியமிலவாயுவை உறிஞ்சி ஒட்சிசனை வெளியிடுவதால் காற்று தூய்மையாகிறது. பூமியில் வாழும் உயிரினங்களுக்குத் தேவையான ஒட்சிசனில் பெருமளவை மரங்கள்தான் தருகிறதாம். மரங்கள் சுவாசிக்கிறபடியாற்றான் நாங்களெல்லாம் சுவாசிக்கக்கூடியதாயிருக்கு என்று கூறுவார். அவ்வளவு ஏன்? பூமி வெப்பமடைவதைக் கட்டுப்படுத்த மரங்கள் பெரிய உதவி செய்கின்றனவாம். அவர் கூறுவதை வகுப்பில் எல்லாரும் வியப்புடன் கேட்டுக்கொண்டிருந்தது அனுஜனின் மனதில் மீண்டும் ஒரு காட்சிபோல நினைவுக்கு வந்தது.

'பூமியைச் சுற்றி ஒரு போர்வைபோலிருக்கிற வாயுமண்டலத்தில நிலைகொண்டுள்ள கரியமிலவாயு, மீத்தேன், நைட்ரஸ் ஒக்ஸைட் போன்ற வாயுக்கள் சூரியஒளியிலிருந்து வெப்பத்தை உள்வாங்குவதால் வாயுமண்டலம் வெப்பமடையிது. இதில கரியமிலவாயுவின் பங்குதான் கூடுதலாயிருக்கு. கரியமிலவாயுவின் ஆயுட்காலம் வாயுமண்டலத்தில அம்பது முதல் ரெண்டாயிரம் ஆண்டுவரை இருக்கும். இதனால இதன் அடர்த்தி அதிகரிக்க அதிகரிக்க வெப்பம் உயர்ந்துகொண்டே போகும். வாகனங்களுக்கு பெற்றோலியத்தை எரிபொருளாகப் பாவிக்கிறதாலயும் தொழிற்சாலைகளின் பின்விளைவாகவும் பெருமளவு கரியமிலவாயு வெளியேறி வாயுமண்டலத்தைச் சென்றடையிது. இப்படிச் சில முக்கிய காரணங்களைக் கூறினாலும் இன்னும் பல காரணங்கள் இருக்கு.

இதால பூமிக்கு நிறையப் பாதிப்புகள் ஏற்படும். பனிமலைகள் உருகுவதால கடல்நீர் மட்டம் உயரும். பூமியின்ர பல பகுதிகள் கடலுக்குள்ள மூழ்கிப்போகும். கடுமையான வறட்சி ஏற்படும். குடிநீர் பற்றாக்குறை தோன்றும். விவசாயம் பாதிக்கப்பட்டும். பல நோய்கள் பரவும். எரிமலை புயல் போன்ற மோசமான இயற்கை அழிவுகள் தோன்றும்.

ஆனால் இந்தமாதிரி மோசமான நிலைமையிலயிருந்து இன்னும் எங்களையெல்லாம் காப்பாற்றிக்கொண்டிருக்கிறது மரங்கள்தான். மரங்களை அழிக்கக்கூடாது. எங்களாலை இயன்றளவு மரங்களை நடவேணும். உங்களுக்குத் தெரியுமா?

ஒரு மரம் தனது வாழ்நாளிலை ஒரு தொன் அளவான
கரியமிலவாயுவை உள்ளெடுக்கிறது.'

மரங்களைப்பற்றிய இவ்வளவு பயன்களையும் அறிந்து
கொள்வதற்கு முன்பிருந்தே அனுஜனுக்கு மரங்களென்றால்
உயிர். அவனது வளர்த்தியெல்லாம் வீட்டுவளவிலுள்ள
மரங்களோடு சேர்ந்துதான். புளியம்பழம் உலுப்பிக்
கொட்டுவதென்றால் அவனுக்கு வலு புழுகமாயிருக்கும்.
ஒவ்வொரு கொப்புகளாக ஏறிநின்று தொங்கித்தொங்கி ஆட்டுவது
நல்ல விளையாட்டுப்போலிருக்கும். பொலுபொலுவெனக்
கொட்டுண்ணும் பழங்களை அம்மா கீழே நின்று 'கவனம்
ராசா கவனம்..!' எனச் சொல்லிக்கொண்டே பொறுக்குவாள்.
பலாப்பழம் பழுத்தால் மரத்தின் பக்கம் போகும்போதே அதன்
வாசனை அழைக்கும். ஒரு கயிற்றையும் கையோடு கொண்டு
ஏற வேண்டும். கயிற்றைக் கிழையின் மேலாக மாட்டி பழத்தின்
காம்பிற் கட்டிவிட்டு மறுதலைப்பைக் கீழே நிற்கும் தம்பியிடம்
கொடுத்துவிட்டால் பிடித்துக்கொண்டிருப்பான். காம்பை
வெட்டிவிட்டதும் தம்பி பிடியை மெல்லமெல்லத் தளர்த்த
பலாப்பழம் கீழே இறங்கும்.

ஒவ்வொரு சீசனிலும் மரங்கள் காய்த்து மாம்பழம்,
கொய்யாப்பழம், நாவற்பழம் எனக் கனிந்து அவனுக்காக
உல்லாசங்களைக் கொண்டுவரும். மரங்களில், எந்தக் கொப்புகளில்
குரங்குகள் போலப் பாயலாம். எந்தக் கெவரில் உடும்புபோல
ஊர்ந்து ஏற வேண்டும் என்பதெல்லாம் அனுஜனுக்கு
அத்துப்படி. சாந்தி ரீச்சர் வீட்டிற்கு வந்து பார்த்தால் இந்தத்
தோட்டத்தையும் மரங்களையும் பார்த்துச் சந்தோஷப்படுவார்.
அவரிடம் கேட்டால் வீட்டுக்கு வருவாரோ என்னவோ? ரீச்சர்
சொன்னபிறகு சிறு மரக்கன்றுகளைக்கூட வீட்டு வளவில்
நட்டு வளர்க்கிறான் அனுஜன். அப்பா அவனுக்காக நல்ல
மரக்கன்றுகளை ஃபாமிலிருந்து வேண்டிவந்து கொடுத்திருந்தார்.

ரீச்சர் பாடசாலையிற்கூட மரங்களைப் பக்குவமாகப்
பாதுகாத்து வளர்ப்பதற்கு மாணவர்களை ஊக்கப்படுத்துவார்.
ஏற்கனவே வளர்ந்திருக்கும் பெரிய மரங்களில் அந்த மரங்களே
கூறுவதுபோல அவற்றின் பயன்பாட்டைப் பெரிய எழுத்துக்களில்
எழுதித் தொங்கவிட்டிருப்பார். இன்னும் பல மரக்கன்றுகளை
நட்டு, அவற்றைச் சுற்றி பாதுகாப்புக்கூடு கட்டப்பட்டு
வளர்க்கப்படுகிறது. பாதுகாப்புக்கூடு ஆடு மாடுகளுக்காகவல்ல!
சிலபேர் அவற்றின் அருமை தெரியாமல் கிளைகளை ஒடித்து
முறித்துவிடக்கூடும் என்ற பயம்.

சுதாராஜ்

மாணவர்களின் பாவனையின்போது தண்ணீர்ப்பைக்களி லிருந்து விரயமாகும் நீரை நிலத்தடியில் பொருத்தப்பட்ட குழாய்கள்மூலம் மரப் பாத்திகளுக்குப் போய்ச்சேரும் ஒழுங்குமுறை செய்யப்பட்டிருக்கிறது. இதனால் எவ்விடத்திலேனும் தண்ணீர் தேங்கிநின்று சேறு சகதியாவதில்லை. சதுப்புநிலங்கள், தண்ணீர் தேங்கும் ஈரமான இடங்களிலிருந்து மீத்தேன் வாயு உற்பத்தியாகிறது என ரீச்சர் கூறியிருக்கிறார்.

இந்த வேலைகளுக்கெல்லாம் அதிபர் நல்ல ஆதரவு கொடுப்பார். ஆனால் வேறு சில சேர்மாருக்கும் ரீச்சர்மாருக்கும் சாந்தி ரீச்சரைப் பிடிக்காது. அவருடைய எடுப்புகளுக்கெல்லாம் அதிபர் சப்போர்ட் பண்ணுகிறார். ரீச்சர் அதிபரிடம் நல்ல பெயர் எடுக்கிறார் என்பதுதான் காரணம். பாடநேரங்களில் மாணவர்களையெல்லாம் இந்த வேலைகளில் ஈடுபடுத்தி அவர்களது படிப்பை சாந்தி ரீச்சர் நாசமாக்குகிறார் என்று பெற்றோர்களிடம் முறையிட்டுக் குழப்பியிருக்கிறார்கள். ஆனால் அதிபர் அதையெல்லாம் சமாளித்துவிடுவதில் வல்லவர். சாதாரண ஆட்களைப்போல ரீச்சர்மாருக்குள்ளேயே எரிச்சல் பொறாமையைக் காணும்போது அனுஜனுக்கு ஆச்சரியமா யிருக்கும்.

பாடசாலையைப்பற்றிய நினைவுகளுடன் ஒரு வரிசை பாத்திகளுக்கு வதவதவென்று தண்ணீர் பாய்ச்சிக்கொண்டு வந்ததே தெரியவில்லை. வாய்க்காலில் தண்ணீர் ஓடிவரும் வேகம் குறைந்ததுகூட கவனத்திற் படவில்லை. சற்று நேரத்தில் தண்ணீர் முற்றாகவே அற்றுப்போய்க்கொண்டிருந்தது. அப்பா களைத்துப்போனாரோ? அனுஜன் அப்பாவுக்குக் கேட்கக்கூடிய தாக உரத்துக் கத்தினான்.

"அப்போய்... தண்ணி வரல்ல."

அப்பா பதிலுக்கு சத்தமிட்டுக் கூறினார் "பார் தம்பி... பார். எங்கையாவது உடைச்சிருக்கும்."

தோளில் மண்வெட்டியைத் தூக்கி வைத்துக்கொண்டு வாய்க்கால் நீட்டுக்குப் பார்த்துக்கொண்டே ஓடினான். வளர்ந்திருக்கும் மரவள்ளிச்செடிகளுக்கு வெளியே வந்தபோது, பெருவாய்க்காலில் சில காகங்கள் தண்ணீரில் முங்கி முங்கிச் சிறகுகளை அடித்துக் குளித்துக்கொண்டிருப்பது தெரிந்தது. காகங்கள் குளிப்பதால் வாய்க்காலில் தண்ணீர் தடைப்பட்டுத் தழும்பிவழிந்து உடைப்பெடுத்து வெறும் தரையில் ஓடிக் குளமாகிக்கொண்டிருந்தது. அனுஜன் ஒரு பாய்ச்சலில் ஓடிப்போய் மண்ணை வெட்டி அணைத்து உடைப்பை மூடினான்.

காகங்கள் மரக்கிளைகளில் பறந்துபோயிருந்து சிறகுகளை உதறி ஈரம் கலைத்தன. அப்பா கையைத் தட்டிச் சத்தமிட்டுக் காகங்களைக் கலைக்க முயற்சித்தார். அவை பறந்துபறந்து வேறு கிளைகளிலமர்ந்து நோட்டம் பார்த்தன. அனுஜனுக்குச் சிரிப்பாயிருந்தது. அவை அப்பாவை ஏய்க்கின்றன. அப்பா போனபிறகு தண்ணீரில் இறங்கும் கள்ளநோக்கத்துடன்தான் காகங்கள் பார்த்துக்கொண்டிருந்தன.

அப்பா கிணற்றடிக்குப் போய் மீண்டும் ஒரு மெசினைப்போல இயங்கத் தொடங்கினார். தண்ணீர் சலசலத்து ஓடிவந்தது.

'இன்றைக்கு ஸ்கூலுக்கு நேரத்துக்குப் போனமாதிரித்தான்...' என மனதுக்குள் அலுத்துக்கொண்டான் அனுஜன். தண்ணீர் பாய்ச்சும்போது இப்படி ஏதாவது தடங்கல் ஏற்பட்டால் சுணக்கமாகிவிடும்.

"மெசினொன்று வாங்கியிட்டால் நீயும் இதுக்குள்ள வந்து கஷ்டப்படத் தேவையில்ல. பள்ளிக்கூடத்துக்கும் நேரகாலத்தோட போயிடலாம்", என அப்பா சில சமயங்களிற் கூறுவார். அப்பா அப்படிச் சொல்லிக்கொண்டிருந்தாலும் அதற்கு அவருக்குப் பணவசதி சரிப்பட்டுவரவில்லை. பாடசாலைக்குச் சுணக்கமாகப் போவதுபற்றிய மனவருத்தம் அப்பாவுக்கும் உள்ளதுதான். ஆனால் அவருக்கு உதவிக்கு வேறு ஆளும் இல்லை. எனினும் மனம் தாங்காது அப்பா அப்படிக் கூறுவது அவர்மேல் இன்னும் பட்சத்தை அதிகரிக்கும்.

'அப்பா பாவம் அம்மா', எனச் சில வேளைகளில் அம்மாவிடம் கூறிக் கவலைப்படுவான் அனுஜன். அவனது தலையைத் தடவிக்கொடுத்தவாறு அம்மா ஏக்கப் பெருமூச்சுடன் பட்டு நொந்துபோன கதைகளைக் கூறுவார். 'கார் வைச்சிருந்து ஹயர் ஓடி நல்லாய் உழைச்ச மனுசன். யுத்தமும் அடிபாடும் நடந்த காலத்தில எல்லாச் சாமான்களையும் இந்தப் பக்கம் வரத்தில்லாமல் நிப்பாட்டியிருந்தாங்கள். பெற்றோலுக்கும் தட்டுப்பாடாய்ப்போச்சு. பிறகென்ன? உழைப்பும் படுத்திட்டிது. காரையும் கருவாட்டு விலைக்கு விக்கவேண்டிய நிலமை. எல்லாம் முடிஞ்சுபோச்சு. இப்ப இந்தமாதிரிக் கிடந்து கஷ்டப்படுறார்.' அம்மாவின் கண்ணீர் அப்பாவுக்காகவா அல்லது குடும்பத்தின் கஷ்டநிலைமையை நினைத்தா என்றும் புரியாமலிருக்கும்.

கிணற்றிலிருந்து தண்ணீர் இழுத்துஇழுத்து அவருக்குக் கைஎழுட்டு வலிக்குமோ என்னவோ? 'மெசினொன்று வாங்கினால் நல்லது' என்று அம்மா வற்புறுத்தினால். அப்பா ஏதாவது சமாதானம் சொல்லிச் சமாளித்துவிடுவார்.

சுதாராஜ்

"இதென்ன அஞ்சாறு கன்றுகளுக்கு அள்ளி இறைக்கிறது பெரிய வேலையே?"

தம்பியவர்கள் தோட்டத்திற்கு வெளியே வந்துநின்று குரல் கொடுத்தும்தான் அனுஜன் சிந்தனை கலைந்தான்.

"ஸ்கூலுக்கு நேரம் போயிட்டிது அண்ணா. நாங்கள் போறம். நீங்க பிறகு வாங்க."

நேரம் ஏற்கனவே சுணங்கிக்கொண்டிருப்பதை அனுஜனுக்குச் சொல்லும்படி அம்மாதான் அவர்களை அனுப்பியிருப்பாள். அனுஜனின் பதிலுக்குக் காத்திராமல் அவர்கள் திரும்பி ஓடுவது தெரிந்தது. வழக்கமாக தம்பியவர்கள் இருவருடனும் சேர்ந்துதான் அனுஜன் ஸ்கூலுக்குப் போவதுண்டு. தண்ணீர் இறைப்பில் சுணக்கம் ஏற்பட்டால் தனித்துப் போகவேண்டியிருக்கும். அனுஜனுக்கு மனம் படபடத்தாலும், 'இந்தா முடியப்போகுது' எனத் தன்னைத்தானே தேற்றிக்கொண்டு கடைசி நிரைப் பாத்திகளுக்குத் தண்ணீரைத் திருப்பினான்.

வேலை முடிந்து வெளியே வந்தபோது சூரியவெளிச்சம் முகத்திலடித்தது. நெற்றியில் வழியும் வியர்வையைத் துடைத்தவாறு கிணற்றடிக்கு ஓடினான். அப்பா தண்ணீர் அள்ளி அவனுக்குக் குளிக்க வார்த்துவிட்டுக் கூறினார் 'ஓடிப்போய் வெளிக்கிடு. நான் சைக்கிளில கொண்டுபோய் விடுறன்.'

அவர் அப்படித்தான் கூறுவார். அவரைப் பார்த்துக்கொண்டு நின்றால் இன்னும் சுணங்கிவிடும். கிணற்றடியிலிருந்து அவர் வருவதைக் கண்டதும் மாடு 'அம்பா' எனக் கத்தும். 'கொஞ்சம் பொறு தம்பி வந்திடுறன்' என்று சொல்லிக்கொண்டே மாட்டுக்குத் தவிடு தீவனம் ஊட்டும் அலுவலைத் தொடங்கிவிடுவார். வருவார், வருவார் எனப் பார்த்துக்கொண்டே நிற்கவேண்டியிருக்கும். அதற்குமுதல் வெளிக்கிட்டால் ஓடியே போய்ச்சேர்ந்துவிடலாம்.

உடுப்பை அணிந்து வெளிக்கிடும்போதே அம்மா இரண்டு வாய் ஊட்டிவிட்டாள். சாப்பிட்டது பாதி சாப்பிடாதது பாதியாக ஆயத்தமாகி, முதுகில் புத்தகப் பையையும் கொளுவிக்கொண்டு வெளியேறினான் அனுஜன். இரண்டு கிலோ மீட்டர் தூரம்வரை போக வேண்டும். ரோட்டில் பள்ளிக்கூடப் பிள்ளைகள் யாரையும் காணவில்லை. நேரத்தோடு போகும்போது சைக்கிள்களிலும் நடந்தும் கூட்டம்கூட்டமாகப் போகும் மாணவர்களைக் காணலாம். இப்போது எல்லோரும் போய்ச் சேர்ந்திருப்பார்கள். பாடசாலைகளும் தொடங்கியிருக்கும். அனுஜன் ஓட்டமும் நடையுமாகப் போனான். மூச்சு வாங்கியது. தும்மலும் வந்து வந்து அரியண்டம் கொடுத்தது. விடியப்புறமே குளிரிலும் நீரிலும்

வேலை செய்யிறபடியாற்தான் இருமலும் தும்மலும் விட்டுப் போகுதில்லை என்று அம்மா அப்பாவுடன் குறைப்படுவாள். அப்பா ஆயுர்வேத வைத்தியரிடம் கூட்டிப்போய்க் காட்டி, வருத்தத்திற்கென தலைக்கு வைக்கும் எண்ணெயும் வாங்கித் தந்திருந்தார். ஆனால் இந்தத் தும்மல் எதற்கும் கேட்பதாயில்லை.

வாசலுக்கு வந்தபோது ஸ்கூல் ஏற்கனவே தொடங்கியிருந்தது. அதிபர் பேசிக்கொண்டிருப்பது ஸ்பீக்கரில் கேட்டது. பிறேயர் முடிந்து மாணவர்கள் எல்லோரும் விளையாட்டு மைதானத்திற்கு வந்து ஒழுங்குமுறைப்படி நிற்க, அதிபர் உரையாற்றத் தொடங்குவார். அது முடிந்து திரும்ப அவர்கள் வகுப்புகளுக்குப் போனதும் பாடங்கள் தொடங்கும்.

பெரிய கேற்றடியில் பிரிஃபெக்ட் அண்ணாமார் லேட்டாக வந்தவர்களை மறித்து வைத்திருந்தார்கள். 'கடவுளே... அடிதான் விழப்போகுது' என நெஞ்சிடியுடன் அனுஜன் உள்ளே போனான். சுதர்சன் அண்ணா அவனைக் கண்டதும் 'என்னடா இன்டைக்கும் லேட்டா?' என்று கேட்டார். அனுஜன் பதில் பேசாமல் ஒரு சிரிப்பை வெளிப்படுத்திச் சமாளித்தான். சுதர்சன் அண்ணாவுக்கு அனுஜனது வீட்டு நிலைமைகள் ஓரளவுக்குத் தெரியும். ஏற்கனவே ஒருமுறை அதுபற்றி விசாரித்து அறிந்திருக்கிறார்.

"சரி சரி... ஓடு! பின் பக்கத்தால வகுப்புக்கு ஓடிப்போய்ச் சேர்."

ஓர் கிளையிலிருந்து சட்டென எழுந்து பறக்கும் குருவியைப் போல அனுஜன் வீச்சாக ஓடினான். சுற்றிவர உள்ள பாடசாலைக் கட்டடங்களின் நடுவில் கிரவுண்ட் உள்ளது. அதிபர் உரையாற்றிக்கொண்டிருப்பதால் ஆசிரியர்கள் எல்லோரும் அங்குதான் நிற்பார்கள். கட்டடங்களுக்குப் பின்பக்கமாக யாருடைய கண்களிலும் படாமல் வகுப்புக்கு ஓடிவிடலாம்.

முதுகில் புத்தகப்பைச் சுமையுடன் ஓடிய வேகத்தில் கல்லொன்று தடுக்கியதும் முகம் குப்புற விழுந்துவிடுவான் போலிருந்தது. ஓட்ட வேகத்திலேயே ஒருவாறு பலன்ஸ் எடுத்து விழுந்துவிடாது ஓடினான். மூச்சிழுத்ததும் தும்மலும் கூடவே வந்து சொதப்பிவிட்டது.

"டேய் டேய்! டேய்... இங்க வா."

அந்தச் சத்தத்தில் அனுஜன் திடுக்குற்று நின்றான். கள்ளரைப் பிடிக்கும் பாவனையில் மறைவாக நின்ற அருணகிரி சேர் கையிலிருந்த பிரம்பை அசைத்து அழைத்தார் "இங்க வாடா!"

சுதாராஜ்

ஓட்டம் திடுமென நின்றதில் மேலிட்ட நெஞ்சுப் படபடப்புடன் அனுஜன் அண்மையிற் சென்றான்.

"உன்னை யார்றா உள்ள விட்டது?"

அவன் பதிலேதும் பேசாமலே நின்றான்.

"நீ சாந்தி மிஸ்ஸின்ர கிளாஸ்தானே?"

"ம்ம்…"

"உங்களுக்கெல்லாம் ஒரு சூடு சுரணை இல்லையாடா?"

அனுஜனுக்குத் தெரியாதா… என்ன! தான் அவ்வப்போது லேட்டாக வருவதைக் குத்திக் காட்டுவதுபோல சாந்தி ரீச்சருக்கும் ஒரு போடு போடுகிறார் அருணகிரி சேர்.

"இப்பிடி ஒரு பக்கமாய் நில். அசெம்பிளி முடியட்டும்."

அசெம்பிளி முடிந்து பிள்ளைகளெல்லாம் வகுப்புகளுக்குப் போக, பிரிஃபெக்ட் அண்ணன்மார் மறித்து வைத்திருந்தவர்களுடன் உள்ளே வந்தார்கள். சுதர்சன் அண்ணாவுக்கு அருணகிரி சேரிடமிருந்து ஒரு டோஸ் கிடைத்தது. தனக்காக அவர் ஏச்சு வாங்குகிறாரே என அனுஜனுக்கு மனவருத்தமாயிருந்தது. அருணகிரி சேர், லேட்டாக வந்தவர்களையெல்லாம் கிரவுண்ட்டின் நடுவில் போய் வெயிலில் நிற்கச் சொன்னார். 'அந்த இடத்தை விட்டு அசையக்கூடாது.' என்று கட்டளையும் இட்டார்.

சாந்தி ரீச்சர் பாடத்தைத் தொடங்கியிருப்பார். ஓட்டமும் நடையுமாக வந்தும் பலனில்லாமற் போய்விட்டது என்ற கவலை அனுஜனுக்கு. வகுப்புக்களிலிருந்தெல்லாம் மாணவர்கள் பார்த்துக் கொண்டிருப்பார்களே எனக் கூச்சமாயுமிருந்தது. ஏ.எல் படிக்கும் கேசிகன் அண்ணாவும் வெயிலில் நின்றுகொண்டிருந்தார். அனுஜன் அவரிடம் கேட்டான்,

"அண்ணா நீங்கள் ஏன் லேட்?"

அவரது முகம் மூஞ்சூறின் முகம்போல மாறி வந்தது.

"உமக்கு இப்ப சொல்லவேணுமோ? இவர் பெரிய ஆள். கேட்க வந்திட்டார்."

அனுஜன் அப்படிக் கேட்டது, வளர்ந்த அண்ணாவும் எங்களுடன் வந்து வெயிலில் நிற்கிறாரே அவருக்கும் கூச்சமாயிருக்குமோ என்ற உணர்விற்தான். ஆனால் இரக்கப்படு வதற்குக்கூட பெரிய ஆளாயிருக்க வேண்டும்போலும்.

காலை வெயிலானாலும் சுட்டெரிக்கும் சூடு. காலையில் மாய்ந்துமாய்ந்து வேலை செய்ததும், ஓடியோ ஓடி வந்ததும் இப்போது புத்தகப்பைச் சுமையுடன் நின்ற நிலையில் நிற்கும்போது இடுப்பை வலித்தது. தாகமெடுத்தது. தண்ணீர் குடிப்பதானாலும் அருணகிரி சேர் வந்து அருள் புரிய வேண்டும். அவர் எப்போது வருவார்? எப்போது வகுப்புகளுக்குப் போகச்சொல்வார்?

அருணகிரி சேர் வந்து கேசிகன் அண்ணாவை அழைத்தார்.

"வீட்டுக்கு ஓடிப்போய்... ஜெயந்தன் வெளிக்கிட்டு நிற்பான் கூட்டிக்கொண்டு வா", எனக் கூறிவிட்டுத் திரும்பிப் போனார்.

ஜெயந்தன் அவரது மகன். அருணகிரி சேர் ஸ்கூட்டரில் வரும்போது வழக்கமாக அவனும் சேர்ந்துவருவான். சில நாட்களில் மகன் சுணங்கிவிட்டால் யாராவது அண்ணன்மாரை அனுப்பிக் கூட்டிவரச் சொல்லுவார். அவர்கள் சைக்கிளில் போய்க் கூட்டிவருவார்கள்.

ஆசிரியர்களின் மகனாக இருந்தால் எவ்வளவு நல்லது என அனுஜனுக்குத் தோன்றியது. 'கடவுளே, அடுத்த பிறவியில எங்கட அப்பா ஒரு ஆசிரியரா வரவேணும்.' அனுஜன் வேண்டுதல் செய்தான்.

வெயில் இன்னும் சுட்டெரித்தது. அனுஜனுக்கு உடல் மட்டுமின்றி மனதும் கொதிக்கத் தொடங்கியது.

நங்கூரம் இலக்கிய சஞ்சிகை ஜனவரி 2013

இரவு வெளிச்சம்

இந்தக் கதையை எழுதலாமா விடலாமா எனப் பலமுறை யோசித்திருக்கிறேன். ஏனெனில் இக் கதையின் முடிவையொத்த வேறொரு கதையை ஏற்கனவே எழுதியிருக்கிறேன். ஒவ்வொருவரது வாழ்க்கையிலும் ஒரே மாதிரியான முடிவையொத்த பல கதைகள் நேர்ந்திருக்கலாம். சில கதாரிசியர்கள்கூட ஒரேவிதமான கற்பனைகளைக்கொண்ட வேறு வேறு கதைகளை எழுதியிருக்கிறார்கள். அவ்வளவு ஏன்? எனது கதையொன்றை சினிமாப்படமாக்கிய இயக்குநர் ஒருவர், பின்னர் ஒரு தொலைக்காட்சி நேர்காணலில், 'நான் அவரது வீட்டிற்குச் சென்று அவரைச் சந்தித்தது உண்மைதான். ஆனால் இது அவரது கதையல்ல. எனது கற்பனையும் அவரது கற்பனையும் ஒன்றாக இருக்கலாம்', என்று கூறியிருந்தார். அந்தக் கதை ஏற்கனவே இந்திய வார இதழொன்றில் பரிசுக்கதையாக பிரசுரமாகியிருந்தது. படப்பிடிப்புக்குச் சாதகமான சில லொக்கேசன்களை பார்ப்பதற்காக அவர் அப்போது வந்து என்னைச் சந்தித்திருந்தார். அந்தப் படத்திற்கு அவருக்குச் சிறந்த கதை, இன்ன பிற என சில விருதுகளும் கிடைத்திருந்தன. ஆனால் அந்த விடயங்களெல்லாம் இந்தக் கதைக்குள் வராது. ஒரே விதமான கற்பனை அல்லது ஒரேவிதமான முடிவைக் கொண்ட வேறு வேறு கதைகள் வருவதும், அது இயல்பானதே என ஏதாவது சாக்குப்போக்கு சொல்வதும் ஒன்றும் புதிதல்ல என்பதைக் காட்டுவதற்காகத்தான் அதையெல்லாம் குறிப்பிடவேண்டியிருந்தது.

இந்தக் கதை இரண்டாயிரமாம் ஆண்டு ஆரம்பத்தில்தான் நிகழ்ந்தது. அப்போது எங்கள் கப்பல் ருமேனியாவில் கொன்ஸ்ரான்ரா துறைமுகத்துக்கு வந்திருந்தது.

சிமெந்து ஏற்றுவதற்கான பத்திர வகைகள் ரெடியாகி உள்நுழையும் அனுமதி கிடைக்கும்வரை வெளிக்கடலில் நங்கூரமிட் டிருந்தோம். அவ்வாறு தரித்துநின்ற ஏழெட்டு நாட்களும் வானம் மப்பும்மந்தாரமுமாகக் கருமை படர்ந்திருந்தது. அதனாற்தான் கருங்கடல் கருமை கொண்டதோ என எண்ணுமளவிற்கு அதன் பிரதிபலிப்பு கடல் நீரையும் கருமையாக்கியிருந்தது. காற்று ஏதோ குணம்கொண்டு மோசமாக வீசத்தொடங்கியிருந்தது. பெரும் புயலொன்று நெருங்கிக்கொண்டிருப்பதாகக் காலநிலை எதிர்வுகூறல்கள் வந்துகொண்டிருந்தன. 'கருங்கடலின் காலநிலையும் பெண்களின் மனநிலையும் ஒரேமாதிரித்தான். எப்போது எப்படி மாறுமென யாருக்கும் சொல்லமுடியாது.' என கப்டன் சினத்துடன் கூறிக்கொண்டிருந்தார்.

கப்பலின் என்ஜின் ஸ்ரார்ட் செய்யப்பட்டு தயார்நிலையில் வைக்கப்பட்டது. அடுத்த சில மணித்தியாலங்களில் காற்று பெரும்புயலாகக் கோர இரைச்சலுடன் கடலலைகளைப் புரட்டியடித்துக்கொண்டு வந்தது. கப்டன் அவசரகாலக் கட்டளைகளைப் பிறப்பித்தார். நங்கூரம் இழுத்தெடுக்கப்பட்டுக் கப்பல் இயங்குநிலைக்குக் கொண்டுவரப்பட்டது. காற்றின் வேகத்துக்கு ஈடு கொடுக்கமுடியாமல், நூற்றெழுபது மீட்டர் நீளமானதும் முப்பதாயிரம் தொன் கொள்ளளவுடையதுமான அந்தப் பாரிய கப்பல், கடல் அலைகளால் அலைக்கழிக்கப் பட்டது. நாங்களெல்லாம் வாழ்வா சாவா என்ற உயிர்ப்போராட்டத்திலிருந்தோம். ஏற்கனவே இரு கப்பல்கள் கடலில் மூழ்கிவிட்டதாகவும் அவற்றின் பணியாளர்கள் ஐம்பத்திரண்டு பேரும் மூழ்கி இறந்துவிட்டதாகவும் நிலைமை மிக மோசமெனவும் தங்களால் எந்த உதவியும் செய்ய முடியாதிருப்பதாகவும் உங்கள் பாதுகாப்பை நீங்களே பார்த்துக் கொள்ளவேண்டுமெனவும், கொன்ஸ்ரான்ரா துறைமுக அதிகாரி வீ.எச்.எஃப் கருவிமூலம் புயலில் சிக்குண்டிருக்கும் கப்பல்களுக்கு அறிவித்துக்கொண்டிருந்தார்.

காற்றும் கடலும் இந்தமாதிரியெல்லாம் பிரமாண்டமான கப்பல்களையே கவிழ்த்துவிடுமா என்ற பயம் எங்களையும் பிடித்துக்கொண்டது. கப்பலைக் கட்டுப்பாட்டிற்குள் கொண்டுவர முடியாமல் கப்டனும் என்ஜினியர்களும் திணறிக்கொண்டிருந்தோம். படபட எனத் தூக்கியடிக்கப்பட்டுக் கொண்டிருந்ததால் கப்பலின் நடுத்தளத்தில் குறுக்குப்பாட்டுக்கு

சுமார் மூன்று மீட்டர் நீளத்திற்கு வெடிப்பு ஏற்பட்டிருப்பதாகக் கண்காணிப்பிலிருந்த பணியாளர்கள் தகவல் தந்தனர். தக்க தருணத்தில் அதைக் காணாமலிருந்திருந்தால் கப்பல் நடுவாக்கில் இரண்டாக உடைந்து மூழ்கியிருக்கும் எனக் கப்டன் கூறினார். இவ்வாறான சந்தர்ப்பங்களில் மிக நீளமான சில ஓயில் தாங்கிக் கப்பல்களுக்கு இந்தக் கதி நேர்ந்திருக்கிறதாம். வெடிப்பு இன்னும் நீண்டுபோகாமல் தற்காலிக ஒட்டு வேலைகளைச் செய்திருந்தோம்.

அவரவர் பிரார்த்திக்கும் தெய்வங்களின் அருள்பாலிப்போ அல்லது வேறு ஏதாவது இயற்கை அருளோ சில வேளைகளில் எதிர்பாராத அற்புதங்கள் நிகழ்ந்துவிடுவதுண்டு. அப்படித்தான் அதைச் சொல்லவேண்டியிருக்கிறது. கொந்தளித்து அலைமோதி பேரிரைச்சலுடன் பயமுறுத்திக்கொண்டிருந்த கடல் இப்படியும் சட்டென அடங்கிப்போகுமா என எண்ணுமளவுக்கு இரண்டாவது நாள் கடல் அமைதி நிலைக்கு வந்தது. கடைசியாகக் கப்பல் துறைமுகத்துக்குள் நுழையும் அனுமதிபெற்று பேர்த் இலக்கம் இருபத்துமூன்றில் எங்களது பெருமூச்சுக்களுடன் கட்டப்பட்டது. ஆனால் இது அந்த விடயங்களைப் பற்றிய கதையுமல்ல.

லியோனிடாஸ், கப்பலில் ஏற்பட்ட உடைவைத் திருத்தியமைக்கும் வேலைகளை ஒழுங்கமைத்து மேற்கொள்வதற் காக வந்திருந்தான். கிரீஸ் நாட்டிலுள்ள கம்பனியின் தலைமையகத்தில் கப்பல்களின் மேற்பார்வை என்ஜினியராகக் கடைமையாற்றுபவன் அவன்.

கப்பலின் திருத்த வேலைகளுக்காக இன்னும் ஓரிரு கிழமைகளாவது தேவைப்பட்டது. கடலில் அலைக்கழிந்து மனக் கலக்கத்திலும் பதற்றத்திலுமிருந்த பணியாளர்களுக்கு ஓய்வும் ஓரளவு பணமும் கொடுக்கப்பட்டது.

பொதுவாக கப்பற் பணியாளர்களுக்கு வெளியே சென்றுவரத் துறைமுக அதிகாரியினால் பாஸ் வழங்கப்படும் நடைமுறை உள்ளது. வெளி ஆட்கள் கப்பலுக்குள் வரவும் முடியாது. இங்கே என்னவென்றால் எந்தத் தடையுமின்றி எல்லாம் திறந்துவிட்டதுபோலிருந்தது. கப்பலை ஜெட்டியில் கட்டும்போதே விற்பனை முகவர்கள் வந்துசேர்ந்துவிட்டார்கள். ரூத் பேஸ்ட், ஸ்வெட்டர் என இன்ன பல பொருட்கள் மட்டுமின்றி அழகிய இளம் பெண்களையும் கொண்டுவந்திருந்தார்கள். அந்தப் பெண்களும் கப்பலின் பொது அறையிலிருந்து ரீவீ பார்ப்பதுபோலப் பாசாங்கு செய்து அழகு காட்டிக்கொண்டிருந்தார்கள். இரண்டாம்

அலுவலர்நிலையிலுள்ள உக்ரேனியன் ஒருவன் ஒருத்தியை முதுகில் 'உப்புக்காவு' காவிக்கொண்டு தனது கபினுக்குப் போனான். இலங்கையைச் சேர்ந்த பல பணியாளர்களும் கப்பலிலிருந்தார்கள். எனக்கு 'எங்கட பெடியள்' ஏதாவது வில்லங்கத்துக்கள் மாட்டிவிடுவார்களேளோ என்று தயக்கமாயிருந்தது. கப்டனிடம் அந்தக் கூத்துகளைப்பற்றி முறையிட்டேன். கப்டனுக்கு அந்தப் பெண்களை கப்பலிலிருந்து அப்புறப்படுத்தமுடியும். ஆனால் அவர் அதைப் பெரிதுபடுத்தாது 'இதெல்லாம் கப்பல் வாழ்க்கையில் சகஜமப்பா' என்பதுபோலப் பதிலளித்தார். கப்டனும் கிரேக்க நாட்டைச் சேர்ந்தவர். அவர்களது கலாச்சாரத்துக்கு அது ஒத்துவருவதாயிருக்கலாம் என நானும் அதையெல்லாம் கண்டுகொள்ளாமல் ஒதுங்கிக்கொண்டேன்.

மாலையானதும் லியோனிடாசும் கப்டனும் எனது அறைக்கு வந்தார்கள்.

"வெளியே போகலாம் வருகிறாயா..?"

கிழமைக்கணக்காக கப்பலிலும் கடலிலும் உலைந்துவிட்டு வந்ததால் வெளியே சற்று காலார நடந்தவரலாம் என்றுதான் எனக்கும் தோன்றியது. ஆனால் வெளியே பனிமழை தூவிக் கொண்டிருந்தது. இந்த உறை குளிருக்கூடாக நடக்கமுடியுமா என்று மனது பின்வாங்கியது.

"எங்கே போவதாக உத்தேசம்."

"நைட் கிளப்... இங்கே நைட் கிளப்களில் நல்ல பொழுதுபோக்கு அம்சங்கள் இருக்கும். நல்லவகை வைன்களும் குடிக்கலாம்."

லியோனிடாஸ் இப்படிக் கூறியதும் நான் சற்றுத் தயங்கினேன். நைட் கிளப் அல்லது இரவுக் கேளிக்கையகம் என நான் அதுவரை சினிமாக் காட்சிகளிலும் ஏதாவது தகவல்கள் மூலமாகவும்தான் அறிந்திருந்தேன். அதெல்லாம் கரிசனைப்படக் கூடிய சமாச்சாரமாக எனக்குத் தெரிந்ததில்லை. நான் எதுவும் பேசாமலிருக்க, லியோனிடாஸ் வற்புறுத்தினான்.

"இங்கேயே கபினுக்குள் அடைபட்டுக் கிடக்காமல் வா போகலாம்."

'சரி...' எனப் புறப்பட்டுவிட்டோம்.

காரில் பயணித்துக்கொண்டிருக்கும்போது லியோனிடாஸ் இங்குள்ள நைட் கிளப்களின் தாற்பரியங்களையும் வைன்

சுதாராஜ்

வகைகளின் மகத்துவங்களையும் இன்னும் விபரித்துக்கொண்டு வந்தான். என்னை வற்புறுத்தி அழைத்தபோது 'நான் ஒருபோதும் நைட் கிளப்களுக்குப் போனதில்லை' என அப்பாவித்தனமாகக் கூறியிருந்தேன். அதனால் என்னை அதற்குரிய விதமாகப் பதப்படுத்துகிறானோ என்று தோன்றியது.

இன்னும் இருளாத அந்த இரவுப்பொழுதில் குறிப்பிட்ட ஒரிடத்தில் இறங்கினோம்.

வர்ண லைட்களினால் ஏற்கனவே வரவழைத்துக் கொண்டிருந்த கூடத்துக்குள் நுழைந்தோம். பூட்டியிருந்த கதவைத் தள்ளியதும் கணகணப்பு உடலைத் தழுவியது. அது இதமாகவுமிருந்தது. உள்ளே அருகருகே அடுக்கப்பட்ட சாப்பாட்டு மேசைகளும் கதிரைகளும் இன்னொரு பக்கமாகக் குடிவகைப் போத்தல்கள் அடுக்கப்பட்டிருந்த பாருமாக ஒரு உயர்ரக ரெஸ்டோரன்ட் போலத் தோற்றமளித்தது. அவ்வளவு ஆட்களில்லை. ஒரு பக்கத்தில் இசைக்கருவிகள் வைக்கப்பட் டிருந்தன. இன்னும் இசைப்பவர்கள் வந்திருக்கவில்லை.

சுவர்களில், பழைய காலத்திலிருந்த விதவிதமான கப்பல்களின் ஓவியங்கள் மாட்டப்பட்டிருந்தன. நேர்த்தியான ஓர் ஓவியனின் கைவண்ணத்தில் அவை நிஜமான காட்சிகள்போலத் தோற்றமளித்தன. பாரிய பாய்மரக் கப்பலொன்று கொந்தளிக்கும் கடலலைகளில் தத்தளிக்கும் காட்சி ஒருமுறை என் நெஞ்சைக் கலக்கியது. நவீன இயந்திர வசதிகளற்ற அந்தக் காலங்களில் அவர்களெல்லாம் என்ன பாடுபட்டிருப்பார்களோ. இப்படி எத்தனை கப்பல்களைக் கடல் விழுங்கியிருக்குமோ?

ஓடர் கொடுத்ததம் வைன் போத்தலும் கிளாஸ்களும் மேசைக்கு வந்தன. படிப்படியாக மற்றைய மேசைகளுக்கும் ஆட்கள் வந்துகொண்டிருந்தனர். நான்கைந்து பேர் கொண்ட தனி ஆண்கள் கூட்டமாகவும் தனிப் பெண்களாகவும் குடும்பத்தினராகவும் வந்து வேறுவேறு மேசைகளின் முன் அமர்ந்தனர். வெளியே இருள் பரவத் தொடங்கியதும் உள்ளே மின்குமிழ்கள் மங்கலாக ஒளிர்ந்தன. இசை மென்மையாக ஒலிக்கத் தொடங்கியது. கண்ணாடி ஜன்னல்களின் திரைத்துணிகள் இழுத்து மூடப்பட்டன.

சில மேசைகளில் மட்டும் மினுக்கிடும் மெழுகுதிரிகள் வைக்கப்பட்டன. எங்களுக்கு முன்னாலும் ஒரு மினுக்கிடும் மெழுகுதிரி!

எனக்குப் புரியவில்லை. "இது ஏன்?" என லியோனிடாசிடம் கேட்டேன்.

"கப்பற் பணியாளர்கள் அமர்ந்திருக்கும் மேசைகளுக்கு ஒரு அடையாளமாக மெழுகுதிரிகளை வைக்கிறார்கள். அதோ பார்த்தாயா, அந்தப் பக்கம் அழகான இளம் பெண்கள் வந்திருக்கிறார்கள். அவர்களுக்கு தெரியப்படுத்துவதற்காக." லியோனிடாஸ் ஒரு கள்ளச் சிரிப்புடன் கூறினான். அந்தச் சிரிப்பைப் பார்த்ததும் எனக்கு அவன் சும்மா கதை விடுகிறானோ என்றும் தோன்றியது. எனினும் எனது சந்தேகம் மேலும் அவனைக் குடைந்தது. "இவர்கள் அந்தமாதிரித் தொழில் செய்யும் பெண்களா?"

"அப்படியென்றும் சொல்லமுடியாது. அப்படியும் இருக்கலாம். தங்கள் படிப்புச் செலவுகளைச் சரிக்கட்டுவதற்காக யூனியிற் படிக்கும் பெண்களும் இங்கு வருகிறார்கள் என அறிந்திருக்கிறேன். அப்படி ஒவ்வொருவருக்கும் ஒவ்வொரு தேவை இருக்கலாம்."

"நாங்கள் கப்பலிலிருந்து வந்திருக்கிறோம் என்பது இவர்களுக்கு எப்படித் தெரியும்?"

"இது ஒரு பெரிய துறைமுக நகரம். தினமும் பல கப்பல்கள் பொருட்களை இறக்கிஏற்றுவதற்காகவும் திருத்தவேலைகளுக் காகவும் வருகின்றன. அந்த மாலுமிகளுக்காகவென்றே இங்கு இதுபோன்ற பல கிளப்கள் உள்ளன. அவர்களுக்காக இங்கு குடிவகைகள் மட்டுமல்ல. அழகிய பெண்களும் காத்திருப்பார்கள். வருபவர்களின் சாயலிலிருந்தே யார் எவர் எனக் கண்டுகொள்ளும் அனுபவஸ்த்தர்கள் இவர்கள்."

லியோனிடாஸ் வேறுவகை வைன் போத்தலுக்கு ஓடர் கொடுத்தான்.

ஒருவர் கைநிறையப் பூ நெட்டுக்களுடன் உள்ளே வந்தார். இலைகளுடன் கூடிய நெட்டுக்களில் அன்றலர்ந்த ரோசா மலர்கள். அவற்றை விற்பனை செய்வதற்காக ஒவ்வொரு மேசைகளாகச் சுற்றி வந்தார். பூக்களென்றால் யாருக்குத்தான் விருப்பமிருக்காது? யாராவது வாங்குவார்களாயிருக்கும் என எண்ணிக்கொண்டிருந்தேன்.

"பூவுக்குரிய பணத்தைச் செலுத்திவிட்டு அதை இன்னாரிடம் கொடுக்கும்படி கூறினால் அவர் அதை அவர்களிடம் கொடுப்பார்.

தங்களது விருப்பத்தைத் தெரிவிப்பதற்கு அது ஒரு சமிக்ஞை", என எனக்கு விளக்கமளித்துக்கொண்டே லியோனிடாஸ் பூக்காரனைக் கைச்சைகையில் அழைத்தான்.

எங்களுக்கு அந்தப் பக்கத்தில் ஒரு குடும்பத்தினர் தங்கள் பெண்ணுடன் அமர்ந்து உணவருந்திக்கொண்டிருந்தனர். லியோனிடாஸ் ஏற்கனவே அந்தப் பெண்ணிடம் சில கண் சமிக்ஞைகளை விடுத்துக்கொண்டிருந்தான் என்பதைக் கவனித்துக்கொண்டுதானிருந்தேன். இப்போது லியோனிடாஸ் அந்தப் பெண்ணிடம் கொடுக்குமாறு பூவுக்குப் பணத்தைச் செலுத்தினான். குறை சொல்லக்கூடாது, அவள் பார்வைக்கு மிகவும் அம்ஸமாகத்தான் தோன்றினாள். இங்குள்ள கிளப்களில் நல்ல பொழுதுபோக்கு அம்சங்கள் இருப்பதாக இவற்றைத்தான் குறிப்பிட்டானோ என்னவோ! பூக்காரன் அவளிடம் சென்று பூவைக் கொடுத்துவிட்டு எங்கள் பக்கமாகக் கைகாட்டி லியோனிடாசின் தகவலைக் கூறினான்.

எனக்கு உதறியது. அவளோ தன் பெற்றோருடன் வந்திருக்கிறாள். நைட் கிளப்களில் பாதுகாப்பிற்காகக் காவலர்கள் இருப்பார்களென்றும் யாராவது தொந்தரவாக நடந்து கொண்டால் உதைத்து வெளியே தள்ளிவிடுவார்களென்றும் காரில் வரும்போது லியோனிடாஸ் கூறியிருந்தான். இது ஏதோ வில்லங்கத்தில்தான் போய் முடியப்போகிறதென எனக்குத் தொடை நடுங்கத் தொடங்கியது.

அந்த அம்ஸத்வதனி எங்கள் பக்கம் திரும்பி ஒரு புன்னகையை உதிர்த்தாள். இவன் அதை ஏற்றுக்கொண்டு பரவசமடைந்தான். பெற்றோர்கள் இந்தப் பக்கம் திரும்பி முகஸ்த்துதித்தனர். இவன் அவர்களுக்காக ஓர் உயர்வகை வைன் போத்தல் ஓடர் கொடுத்தான். சிறிது நேரத்தில் எழுந்து அவர்கள் பக்கத்தில் சென்று பேசினான். பார்த்துக்கொண்டிருக்கும்போதே குனிந்து அவளது கையைப் பிடித்து முத்தம் கொடுத்தான். லியோனிடாசின் உயரத்துக்குக் கதிரையில் அமர்ந்திருப்பவருடன் மிகக் குனிந்துதான் அந்தக் காரியத்தைச் செய்யவேண்டியிருக்கும். கம்பீரமான தோற்றம் கொண்டவன். அவன் நடையே ஒருவித கவரும் ஸ்டைலில் இருக்கும். அவனிடத்தில் அவள் இசைந்திருக்கக்கூடியது இயல்பானதுதான். இனி இது எந்த அளவுக்குத் தொடரப்போகிறது, எங்கே போய் முடியப்போகிறது என்றெல்லாம் எனக்குள் எண்ணிக்கொண்டிருந்தேன்.

எங்கள் கம்பனியைச் சேர்ந்தவன் என்ற வகையில் ஏற்கனவே வேறு சந்தர்ப்பங்களில் அவனைச் சந்தித்திருக்கிறேன். ஒருமுறை

இத்தாலியிலுள்ள வேலைத்தலத்துக்குத் தனது மனைவியுடன் வந்திருந்தான். அவனது தோற்றத்துடன் பக்கத்தில் பார்த்தால் அவனது மனைவி ஒரு குருவிக்குஞ்சைப் போலிருப்பாள். அந்த அழகான இளம் மனைவியை நினைத்து எனக்குக் கவலையாயிருந்தது. இப்படியெல்லாம் நினைத்து நான் குழம்பிக்கொண்டிருக்க, "இரவு இன்னும் இளமையாயிருக்கிறது. நாங்கள் இன்னொரு கிளப்பிற்குப் போவோம். அங்கு டான்ஸ் எல்லாம் அமர்க்களமாக இருக்கும்" என கப்டனுடன் பேசிக் கொண்டு லியோனிடாஸ் கிளம்ப நானும் எழுந்தேன். அப்போது இரவு பத்துப் பதினொரு மணியளவிலாகியிருந்தது.

அம்ஸத்வதனியைப் பார்த்து ஒரு கையசைவு விடைபெறுத லுடன் வெளியேறினான். நான் நன்றாகப் பார்த்துக்கொண்டுதான் வந்தேன். இவ்வளவுதானா? அவளது பார்வை அவனை நோக்கிய படியே இருந்தது. எனக்கு அவளுக்காகக் கவலையாயுமிருந்தது.

அடுத்த நடன விடுதிக்குள் நுழைந்தபோது ஆட்டமும் பாட்டும் உச்சஸ்தாயியில் போய்க்கொண்டிருந்தன. ஆட்டமேடைக்கு மட்டும் பளிச்செ்செ வெளிச்சம் அடிக்கப்பட்டிருந்தது. மற்றப்படி மிக மங்கல் விளக்குகள்தான் யாரையும் யாரும் கண்டு கொள்ளாதபடி ஒளிர்ந்துகொண்டிருந்தன. லியோனிடாஸ் உயர்விலை நுழைவுச் சீட்டு பெற்றிருப்பான்போலும். ஆட்டமேடைக்கு அண்மையாக விசேடமான இருக்கைகளில் அமர்த்தப்பட்டோம். மேசைக்கு வந்த வைன் வகைகள் கிளாஸ்களில் பகிரப்பட்டன.

பெருவட்டமான உயரமற்ற மேடை. இளசுகள் அவரவராகச் சோடி சேர்ந்து ஆடிக்கொண்டிருந்தார்கள். பிரதான ஆடலழகி மார்பிலும் இடையிலும் மட்டுமான சிக்கன அங்கியுடன் ஆடிக்கொண்டிருந்தாள். மேனியெங்கும் ஏதாவது வகை கிறீம் பூசியிருப்பாள்போலும். ஆடலசைவுகளின்போது பளிச் பளிச் என உடல் மினுக்கிட்டது.

லியோனிடாஸ் உற்சாகமான மனத்தெம்பிலிருந்தான். 'ஆடலாம் வா', என அழைத்தான். நான் சமாளிப்பாக மறுத்தேன். எனினும் ஆடலிசையின் அதிர்வில் எனது கால்கள் துருதுருத்துக்கொண்டிருந்தன. கப்டனுக்கு ஏற்கெனவே எனது ஆட்டத்தைப்பற்றித் தெரியும். 'வா ... ஆடலாம் வா ...' என எனது கையைப் பிடித்துக்கொண்டு எழுந்தார். அவர் அப்போது கொஞ்சம் தள்ர்ந்துபோனவராயிருந்தார். அதன் காரணமாகவும் அவர் என் கையைப் பிடிப்பது தவிர்க்கமுடியாததாயிருந்தது.

சுதாராஜ்

சற்றுநேர ஆட்டத்தின் பின் இசைக்குழுவினரின் ஆசுவாச இடைவேளையில் மீண்டுவந்து அமர்ந்தோம்.

இசையும் ஆட்டமும் திரும்பவும் தொடங்கி மும்முரமடைந்தது.

ஆடலழுகி ஆலுடன் எங்கள் முன் வந்து ஆடியபடி, பின்னர் மேசையின் மேலும் ஏறிநின்று ஆடினாள். நிமிர்ந்து பார்த்தால் தண்ணீரிலிருந்து வெளியே தூக்கிப் போடப்பட்ட மீனொன்றின் துடிப்பைப்போல அவளது கால்களும் இடையும் துடிநடனம் செய்துகொண்டிருந்தன. கப்டன் எழுந்து தனது பேர்ஸிலிருந்து நூறு டொலர் நோட் ஒன்றை இழுத்து அவளது இடையங்கியில் செருகிவிட்டார். கப்டன் ஐம்பத்தைந்து வயதானவரானாலும் இன்னும் மணமாகாதவர். அதனால் உழைக்கும் பணத்தை இப்படிக் கேளிக்கைகளில் வீணடிக்கிறாராக்கும் என நினைத்துக் கொண்டேன்.

இசைக்குழுவினர் மாறுவதற்கான வேளையில் ஆடலழுகி மேடையிலிருந்து போக இன்னொரு ஆடலழுகி அந்த இடத்துக்கு வந்தாள். இரவு கடந்துகொண்டிருந்தாலும் ஆட்டம் ஒரு முடிவுக்கு வருவதாகத் தெரியவில்லை.

சிறிது நேரத்தில் முதல் ஆடலழுகி அதே அரையாடைக் கோலத்தில் எங்களுக்கு அண்மையாக வந்தாள். எனது கையைப் பிடித்து அழைத்தாள். அவளது ஆட்ட நேரம் முடிந்துவிட்டது என எண்ணிக்கொண்டிருக்க திரும்பவந்து என்னை அழைக்கிறாளே, அவளுடன் சரிக்குச் சரி நானும் ஆடுவதா? அந்த அளவுக்கு ஆட்டத்திலுள்ள நெளிவுசுளிவுகளெல்லாம் எனக்கு வராதே. அப்படி ஆடப்போக எனது இடுப்பு எலும்போ முதுகெலும்போ சுளுக்கி இடம் மாறிவிடவும்கூடும்! அவளோ என்னை விடுகிறமாதிரித் தெரியவில்லை. கப்டனும் லியோனிடாசும் உற்சாக நிலையிலிருந்தனர். "போ... போ... போய் ஆடு" என ஊக்கமளித்தனர். அவர்கள் முன்னிலையில் கூச்சசுபாவமுள்ளனனாகத் தோன்றாமலிருப்பதற்காக எழுந்து அவளுடன் நடந்தேன்.

அவள் எனது கையைப் பிடித்தவாறு ஆட்டமேடைக்குப் போகாமல் வேறு பக்கமாகப் போனாள். சுவர் மறைவுக்கு மறு பக்கமாக ஒடுக்கமான வழியில் நின்றாள். அப்படியே சுவரில் சாயும் நிலைக்கு என்னைத் திருப்பித் தனது கைகளை எனக்கு இரு பக்கமாகவும் சுவரில் வைத்தாள். எனக்கு நேரெதிராக முகம் காட்டிக்கொண்டு நின்றாள். எப்படியிப்படி அவள்

இழுத்த பக்கத்துக்கு நான் நடந்து வந்தேன்? இது எப்படிச் சாத்தியமாகியது?

"என்னுடன் வருகிறாயா? எனது வீட்டுக்குப் போகலாம்."

"நான் கப்பலிலிருந்து வந்திருக்கிறேன். திரும்பக் கப்பலுக்குப் போகவேண்டும்."

"காலையில் எனது காரில் கொண்டுவந்து உங்கள் கப்பலில் விட்டுவிடுவேன்."

அவளை அப்படியே உதைத்துத் தள்ளிவிட்டு ஓடிப்போகும் மனத்தைரியமும் எனக்கில்லை. அவளை வன்முறை செய்யப் போனதாக பிளேட்டை மாற்றிவிட்டால் இங்குள்ள பாதுகாவலர்கள் என்னை உதைத்துத் தள்ளிவிடக்கூடும். அதைத் தாங்குகிற சக்தி என் உடலுக்கில்லை.

"இல்லை. எனக்கு இதிலெல்லாம் சம்மதமில்லை எயிட்ஸ் நோய் தொற்றிவிடக்கூடாது என்ற பயம் எனக்கிருக்கிறது. எங்கு போனாலும் நான் அந்த விடயத்தில் மிக அவதானமாயிருப்பவன்."

அவள் தனது மார்பங்கிக்குள் கையைவிட்டு ஒரு கார்டை எடுத்துக் காட்டினாள். "இது அதற்குரிய டொக்டர்களால் செக்அப் செய்து எனக்கு வழங்கப்பட்டிருக்கும் சேர்ட்டிபிக்கட். பாருங்கள் எனக்கு எயிட்ஸ் இல்லை."

நான் அதைப் பார்க்கவில்லை. எப்படியாவது அவளிடமிருந்து தப்பிக்கும் வழியைப் பார்க்க வேண்டும். காசுக்காகத்தான் இப்படி வற்புறுத்துகிறாள். அவளது தொழிலே அதாகத்தானிருக்கும் என்ற எண்ணம் மனதில் ஓடிக்கொண்டிருந்தது.

"என்னிடம் ஒரு டொலர்கூட இல்லை. கப்டனிடம்தான் காசு இருக்கிறது." என ஒரு போடு போட்டேன். அது போதும். அவள் என்னை விட்டுப் போய்விடுவாள் என்றுதான் கருதினேன். ஆனால் அவள் போகவில்லை.

"நான் காசுக்காகக் கேட்கவில்லை", அவள் எனக்கு அண்மையாக முகத்தைக் கொண்டுவந்தாள்.

இதுபோன்ற சந்தர்ப்பங்களில் கைகொடுக்கும் இன்னொரு அஸ்த்திரத்தை இறுதியாக எடுத்துவிட்டேன். அதற்கும் அவள் படியாவிட்டால் அப்பன் கதி அதோ கதிதான்.

சுதாராஜ்

"எனக்கு என் மனைவி இருக்கிறாள்."

"அவள் இங்கு இல்லைத்தானே?"

"இல்லை... இங்கேதான் இருக்கிறாள்." எனது நெஞ்சைத் தொட்டுக் காட்டினேன்.

அவள் ஒரு கணம் அப்படியே ஸ்தம்பித்து நின்றாள். பின்னர் நெருக்கி எனது கன்னத்தில் முத்தமிட்டு, என்னை விட்டு விலகிப்போனாள். அது வித்தியாசமான முத்தமல்ல. நட்பான மரியாதைக்குரிய பிரியாவிடை முத்தம்.

●

சுதாராஜின் பிற நூல்கள்

சிறுகதைகள்

'பலாத்காரம்' (பதிப்பு: 1977)

'கொடுத்தல்' (பதிப்பு: 1983; 2004)

'ஒரு நாளில் மறைந்த இரு மாலைப்பொழுதுகள்' (பதிப்பு: 1989; 2004)

'தெரியாத பக்கங்கள்' (பதிப்பு: 1997; 2005)

'சுதாராஜின் சிறுகதைகள்' (தொகுத்தவர்: செ. யோகநாதன், பதிப்பு: 2000)

'காற்றோடு போதல்' (பதிப்பு: 2002; 2005)

'மனித தரிசனங்கள்' (பதிப்பு: 2006)

'மனைவி மகாத்மியம்' (பதிப்பு: 2009)

'உயிர்க்கசிவு' (60 சிறுகதைகள்) (பதிப்பு: 2010)

நாவல்

'இளமைக் கோலங்கள்' (பதிப்பு: 1981; 2006)

சிறுவர் இலக்கியம்

'காட்டில் வாழும் கரடி நாட்டுக்கு வந்த கதை' (பதிப்பு: 2001; 2005; 2010)

'பறக்கும் குடை' (பதிப்பு: 2002; 2010)

'கோழி அம்மாவும் மயில்குஞ்சுகளும்' (பதிப்பு: 2003; 2010)

'சுட்டிப்பையனும் கெட்டிக்காரக் குட்டிப்பூனையும்' (பதிப்பு: 2003)

'குட்டிவீரர்கள்' (சிங்களத்திலிருந்து ஆங்கில மூலம் தமிழுக்கு) (பதிப்பு: 2009)

தொகுப்பு நூல்கள்

'மகுடி' (சிரித்திரன் சுந்தர் பதில்கள், பதிப்பு: 2004)

'இலங்கை நாட்டுப்புறப் பாடல்கள்' (பதிப்பு: 2005)

சுதாராஜ் நூல்களின் சிங்கள மொழிபெயர்ப்பு

'காட்ட தொஸ் பவறமுத' (சிறுகதைத் தொகுப்பு, பதிப்பு: 1999)

'நொபெனென பெதி' (சிறுகதைத் தொகுப்பு, பதிப்பு: 2006; 2010)

'உத்தமாவி' (சிறுகதைத் தொகுப்பு, பதிப்பு: 2007)

'கவிதாகே மல்வத்த' (சிறுவர் கதை, பதிப்பு: 2006)

'நகரயட ஆ வலஸ்ஹாமி' (சிறுவர் கதை, பதிப்பு: 2006)

'கிகிலி அம்மா சக மொணற பரவு' (சிறுவர் கதை, பதிப்பு: 2015)

கதைகள் சேர்க்கப்பட்டுள்ள ஏனைய நூல்கள்

'A Lankan Mosaic' (Translations of Sinhala & Tamil short stories. Edited by 'Ashely Halpe', M.A.Nuhman & Rajani Obeyesekare)

மேற்குறிப்பிட்ட நூலின் சிங்கள மொழிபெயர்ப்பு நூல் -'அசல்வசி அப்பி'

சுதாராஜ்

'கலாவ லஸ்ஸனய' - தமிழ்ச் சிறுகதைகளின் சிங்கள மொழிபெயர்ப்பு நூல். இலங்கை நூல் அபிவிருத்திச் சபையினால் வெளியிடப்பட்டது.

'Smiles from Sri Lanka' (தமிழ், சிங்களம், ஆங்கிலம் ஆகிய மும்மொழிகளில் வெளியான சிறுவர்கதை நூல்) வெளியீடு: யப்பானிய *'Surangani Voluntary Services'.*

விருதுகள்

'கொடுத்தல்' (1981 - 1988) எட்டு ஆண்டு காலப்பகுதியில் வெளியான சிறந்த சிறுகதைத் தொகுப்புக்கான இலங்கை அரச சாகித்திய விருது.

'இளமைக் கோலங்கள்' - தமிழ்க் கதைஞர் வட்டம் வழங்கிய தகவம் விருது 1981.

'ஒரு நாளில் மறைந்த இரு மாலைப்பொழுதுகள்' - வடமாகாண இலக்கியப் பேரவை விருது 1990.

'தெரியாத பக்கங்கள்' - சிறந்த சிறுகதைத் தொகுப்புக்கான விபவி கலாசார மையம் விருது 1997.

'நொபெனனபெதி' – சிறந்த சிங்கள மொழிபெயர்ப்புச் சிறுகதைத் தொகுப்புக்கான இலங்கை அரச சாகித்திய விருது 2006.

'மனைவி மகாத்மியம்' – சிறந்த சிறுகதைத் தொகுப்புக்கான இலங்கை அரச சாகித்திய விருது 2010. (2) சிறந்த சிறுகதைத் தொகுப்புக்கான புதிய சிறகுகள் விருது 2010. (3) சிறந்த சிறுகதைத் தொகுப்புக்கான எழுத்தாளர் ஊக்குவிப்பு மையம் வழங்கும் தமிழியல் விருது 2010.

9 789386 820211